ഇ.പി.ആർ വേശാല

കണ്ണൂർ ജില്ലയിലെ വേശാലയിൽ ജനിച്ചു. കൂടാളി ഹൈസ്കൂളിൽ പഠിക്കുമ്പോൾതന്നെ കവിത എഴുതിത്തുടങ്ങി. അവിടെ അധ്യാപകനായിരുന്ന മഹാകവി പി. കുഞ്ഞിരാമൻനായരുടെ ശിഷ്യനാണ്. കൂടാളി ഹൈസ്കൂളിൽ (ഇന്ന് ഹയർസെക്കണ്ററി) 31 വർഷം അധ്യാപകനായി ജോലി ചെയ്തു. കേരളാ പ്രൈവറ്റ് സ്കൂൾ ടീച്ചേർസ് അസോസിയേഷന്റെ (*KPTA*) സംസ്ഥാന പ്രസിഡണ്ടായിരുന്നു. സമ്പൂർണ്ണ സാക്ഷരതായജ്ഞകാലത്ത് ഒരുവർഷം (1989-90) ഡെപ്യൂട്ടേഷനിൽ ജില്ലാ സാക്ഷരതാ സമിതിയുടെ അസിസ്റ്റന്റ് കോ-ഓർഡിനേറ്റർ ആയി പ്രവർത്തിച്ചു. ഇരുപതുവർഷക്കാലം കണ്ണൂർ ജില്ലാ ലൈബ്രറി കൗൺസിൽ ഭാരവാഹിയായിരുന്നു. കണ്ണൂരിൽനിന്ന് പ്രസിദ്ധീകരിച്ച 'ജാഗ്രത' എന്ന സായാഹ്നപത്രത്തിന്റെ പത്രാധിപരും ജില്ലാ സഹകരണബാങ്കിന്റെ ഡയരക്ടറുമായിട്ടുണ്ട്. രണ്ടുവർഷക്കാലം ഗുരുവായൂർ ദേവസ്വം ബോർഡ് അംഗമായി പ്രവർത്തിച്ചു.

ആദ്യത്തെ കവിതാസമാഹാരമായ 'ചക്കരമാവ് വെട്ടരുതേ' എന്ന കൃതിക്ക് അഴീക്കോട് ചാരിറ്റബിൾ ട്രസ്റ്റിന്റെ 'സോപാനം' അവാർഡ് ലഭിച്ചു.

...തികൾ: ചക്കരമാവ് വെട്ടരുതേ, കുചേലന്റെ കുടിൽ (കവിതാസമാഹാരം), ...എന്ന പെൺകുട്ടി (കവിത), ചന്ദനമരത്തിന്റെ തണൽ (കഥ), വായിച്ചുവ...നം).

...നായണൻ

...വി അമ്മ

Malayalam Language
P'yude Koodalikkalam
(Memories)
by
EPR Vesala

Published in May 2023
by Kairali Books Private Limited
Thalikkavu Road, Kannur.
Ph : 0497-2761200
Email : kairalibooksknr@gmail.com

Cover Design
Prasanth Mangad

Printed at
Printing Park, Tly

പി.യുടെ കൂടാളിക്കാലം

ഇ.പി.ആർ. വേശാല

കൈരളി ബുക്സ്

ഉള്ളടക്കം

അനിവാര്യമായ ആമുഖം

മഹാകവി പി. കുഞ്ഞിരാമൻനായരുടെ കാവ്യസപര്യയെ സംബന്ധിച്ച് എഴുതുമ്പോൾ ഒരു ആമുഖം ആവശ്യമില്ല. എന്നാൽ കൂടാളിയിൽ, കവിയുടെ കാൽപാടുകൾ പതിഞ്ഞ ഒരു വ്യാഴവട്ടക്കാലത്തെക്കുറിച്ച് പറയുമ്പോൾ ഒരു മുഖവുര അനിവാര്യമാണ്.

പി. യുടെ സംഭവബഹുലമായ ജീവിതത്തെക്കുറിച്ച് ഉപന്യസിച്ചപ്പോഴും കവിയുടെ രചനകൾ ആസ്വാദനത്തിനും പഠനത്തിനും വിധേയമാക്കിയപ്പോഴും പലരും കൂടാളിയിലെ കാലഘട്ടത്തെക്കുറിച്ച് നാമമാത്രമായി ഒന്ന് പരാമർശിക്കുകയേ ചെയ്തിട്ടുള്ളൂ. എന്തിന്, മഹാകവി തന്നെ കവിയുടെ കാല്പാടുകൾ, എന്നെ തിരയുന്ന ഞാൻ, നിത്യകന്യകയെ തേടി എന്നീ മൂന്ന് കൃതികളിലൂടെ തന്റെ ആത്മകഥ അനിതരസാധാരണമായ വർണനാപാടവത്തോടെ അവതരിപ്പിച്ചിട്ടും അവയിലൊക്കെ കൂടാളിക്കാലത്തെ ഉപരിപ്ലവമായി തൊട്ടുരുമ്മി പോയിട്ടേയുള്ളൂ.

"വെറും ഒരു കവി മാത്രമായി കടന്നുപോകാനാഗ്രഹിച്ച ഇവൻ മലയാളം വാദ്യാരായി, ഭ്രഷ്ടിലകപ്പെട്ടു. കൂട്ടിലെ കിളിക്ക് മണ്ണിലെ ഒരു അരിമണി കിട്ടി. നറുക്കെടുക്കുന്ന കുറവന്റെ കിളിയായി" (നിത്യകന്യകയെതേടി)-

കവിയുടെ ഈ ദൃശപരിതാപങ്ങൾ കേവലം ആലങ്കാരികമായിരുന്നില്ലേ? യാഥാർത്ഥ്യം മറിച്ചല്ലേ? - ഈ അന്വേഷണമാണ് ഞാൻ നടത്തിയത്. കവി പച്ചയായി പറഞ്ഞ ജീവിതാനുഭവങ്ങൾ എരിവും പുളിയും ചേർത്ത്, ചിലരൊക്കെ ചെയ്തതുപോലെ പുനരാഖ്യാനം ചെയ്യുകയല്ല എന്റെ ഉദ്ദേശ്യം.

ഞാൻ എഴുതുന്നത് എന്റെ ഗുരുനാഥനെ കുറിച്ചാണ്. അതുകൊണ്ടുതന്നെ ഞാൻ ആ ഗുരുത്വം പാലിക്കേണ്ടതുണ്ട്. അനുഭവജ്ഞരുമായി സംവദിച്ചും കവിയുടെ ശിഷ്യഗണങ്ങളിൽ ചിലരുടെ സുവർണ സ്മരണകൾ ഉണർത്തിയെടുത്തും പഴയ ഡയറിക്കുറിപ്പുകളും പത്രറിപ്പോർട്ടുകളും ചികഞ്ഞെടുത്തും കിട്ടിയ നല്ല കാര്യങ്ങൾ മാത്രം ഞാൻ കോർത്തിണക്കി. അങ്ങനെയാണ് ഒരു ഗുരുദക്ഷിണയുടെ സമർപ്പണ

ഭാവത്തോടെ ഈ രചന പൂർത്തിയാക്കിയത്.

കവി തന്റെ എഴുപത്തിരണ്ടു വർഷത്തെ ജീവിതയാത്രയുടെ നല്ലൊരു ഭാഗം ചെലവഴിച്ചത് കൂടാളിയിലാണ്. അതുകൊണ്ടുതന്നെ കവിയും കൂടാളിയും തമ്മിലുള്ള പാരസ്പര്യത്തെക്കുറിച്ച് ഏറെ അറിയാൻ ആർക്കും താത്പര്യമുണ്ടാകും. അതുതന്നെയാണ് മഹാകവി പി. യുടെ വിനീതശിഷ്യനായ ഞാൻ ആ കാലഘട്ടത്തിന്റെ ആഴവും പരപ്പും അന്വേഷിക്കാൻ കാരണവും.

ഒരു കവിയെന്ന നിലയിൽ ഏറെ ആരാധകരും അധ്യാപകന്റെ കാല്പാടുകളിൽ ബഹുസഹസ്രം ശിഷ്യരുമുള്ള പി. തന്റെ ജീവിതം വർണപ്പൊലിമയുള്ളതാക്കി. തികച്ചും നാടകീയമായാണ് അദ്ദേഹം കൂടാളിയിലേക്ക് കടന്നുവന്നത്. കൂടാളിയിലൂടെ നടന്നുനീങ്ങിയത് രംഗബോധത്തോടെയുമാണ്. എന്നാൽ തികച്ചും യാദൃച്ഛികമായാണ് കൂടാളിയോട് യാത്ര പറഞ്ഞത്. ഈ സംഭവവികാസങ്ങൾ അനുക്രമം അനുസ്മരിക്കുമ്പോൾ കരളലിയുകയും കണ്ണ് നനയുകയും ചെയ്യുന്നു.

1958-61 കാലത്ത് കൂടാളി ഹൈസ്കൂളിൽ, (ഇന്ന് ഹയർസെക്കന്ററി സ്കൂൾ) അന്നത്തെ ഫോർത്ത് ഫോമിൽ എന്റെ മലയാളം അധ്യാപകനായിരുന്ന പി യെ കുറിച്ചുള്ള സ്മരണകൾ ത്രസിപ്പിക്കുന്നവയാണ്. അന്നു എന്റെ കാവ്യാഭിരുചിക്ക് വളം വെച്ചു തന്നത് കവിമാഷായിരുന്നു.

എന്റെ പൊട്ടക്കവിതകൾ എഴുതിയ കടലാസ് ചുരുട്ടി എറിയുകയും നല്ല വരികൾ കണ്ടാൽ വലതുകൈപിടിച്ച് കവി തന്റെ എണ്ണമയമായ തലയിൽ വെച്ച് 'അനുഗ്രഹിക്ക്... അനുഗ്രഹിക്ക്' എന്ന് മന്ത്രിക്കുകയും ചെയ്തിട്ടുണ്ട്.

ഞാൻ എസ്. എസ്. എൽ.സി കഴിഞ്ഞ് പുറത്തുവന്നതും കവി ട്രാൻസ്ഫർ വാങ്ങി കൊല്ലങ്കോട്ടേക്ക് പോയതും ഒരേ വർഷമായിരുന്നു- 1961 ൽ. വർഷങ്ങൾക്കുശേഷം ഞാൻ അധ്യാപകനായി കൂടാളി ഹൈസ്കൂളിൽ ചേർന്നപ്പോൾ കവി കൂടി പങ്കെടുത്ത നിരവധി സാഹിത്യസാംസ്കാരിക പരിപാടികൾ സ്കൂളിൽ സംഘടിപ്പിച്ചിട്ടുണ്ട്. അവയുടെ സംഘാടനത്തിൽ എളിയ പങ്ക് വഹിക്കാൻ എനിക്കും അവസരം ലഭിച്ചിട്ടുണ്ട്.

ദശാബ്ദങ്ങൾ കഴിഞ്ഞ് ഇന്ന് തിരിഞ്ഞ് നോക്കുമ്പോൾ സുന്ദരസുരഭിലമായ ആ കാലഘട്ടത്തിന്റെ മധുരസ്മരണകൾ മനസ്സിൽ താളം കൊട്ടുന്നു! കവിക്കു മരണമില്ലെന്ന് വാല്മീകിയേയും കാളിദാസനേയും മറ്റും ഉദാഹരിച്ചുകൊണ്ട് പി. പറയുമായിരുന്നു. അന്നൊന്നും അതിന്റെ ധ്വനി എന്തെന്ന് അറിയുമായിരുന്നില്ല. പക്ഷേ ഇന്നറിയുന്നു - കവിക്ക്

മരണമില്ല. അതെ, പി. മരിച്ചിട്ടില്ല. കവി ഇന്നും ജീവിക്കുന്നു- ആരാധക, അനുവാചക മനസ്സുകളിൽ, ശിഷ്യസഹൃദയ ഹൃദയങ്ങളിൽ! മഹാകവി ജി. എഴുതിയിട്ടുണ്ടല്ലോ-

'മരിക്കുകയല്ല, മറയുകയത്രെ
ധരിത്രിയിൽ വന്നോരനശ്വരാത്മാക്കൾ'-

മഹാകവിയുടെ മകൻ ശ്രീ. പി. രവീന്ദ്രൻ നായരും എന്റെ സതീർത്ഥ്യനും കവിയുടെ പ്രിയ ശിഷ്യനുമായ ശ്രീ. കെ.ടി. സുധാകരൻമാസ്റ്ററും കൂടാളിയിലെ മറ്റൊരു പ്രണതശിഷ്യനും തിരുവനന്തപുരം സെക്രട്ടറിയേറ്റിൽ നിന്ന് വിരമിച്ച ശ്രീ കെ.കെ. ഭരതേട്ടനും അവരുടെ ഓർമപ്പൂക്കൾ കോർത്തെടുത്ത വരികൾ അനുബന്ധമായി ഇതിൽ ഉൾപ്പെടുത്തിയിട്ടുണ്ട്. അവരോടുള്ള അവ്യാഖ്യേയമായ നന്ദി ഇവിടെ സവിനയം രേഖപ്പെടുത്തുന്നു.

ഇ.പി.ആർ. വേശാല

കുഞ്ഞിരാമൻനായർ കൂടാളിയിൽ

മഹാകവി പി. കുഞ്ഞിരാമൻ നായരുടെ ജീവിതത്തിന്റെ ആറിലൊരുഭാഗം കണ്ണൂർ ജില്ലയിലെ കൂടാളിയുമായി ബന്ധപ്പെട്ടതാണ്. 1948 മുതൽ 1961 വരെ ഒരു വ്യാഴവട്ടക്കാലത്തെ ഈ ആത്മബന്ധത്തിന് കയ്യൊപ്പ് ചാർത്തിയത് അന്നത്തെ കൂടാളിതാഴത്തു വീട് കാരണവരും ഹൈസ്കൂളിന്റെ സ്ഥാപക മാനേജരുമായ കെ.ടി കുഞ്ഞിക്കമ്മാരൻ നമ്പ്യാരായിരുന്നു.

കേരളപ്പിറവിക്കുമുമ്പ് വടക്കെ മലബാർ അന്നത്തെ മദിരാശി സംസ്ഥാനത്തിന്റെ ഭാഗമായിരുന്നു. അഴീക്കോട്, ഇരിവനാട് എന്നീ പ്രാന്തപ്രദേശങ്ങളിലുള്ള കളരിഗുരുക്കന്മാരുമായി കൂടാളിയിൽ വെച്ച് കൊല്ലവർഷം 749 ൽ നടത്തിയ കളരിപ്പയറ്റ് മത്സരത്തിൽ വിജയം വരിച്ചതിന്, കുഞ്ഞിക്കമ്മാരൻ നമ്പ്യാരുടെ പൂർവ്വികനായ കാരണവർ കോരൻ നമ്പ്യാർക്ക് കോലത്തിരിരാജാവ് 'ഗുരുക്കളച്ഛൻ' എന്ന ആസ്ഥാന പദവി നല്കിയിരുന്നു.

കൊല്ലവർഷം 964 ൽ ടിപ്പുവിന്റെ പടയോട്ടക്കാലത്ത് കൂടാളിക്കടുത്തുള്ള കുംഭം വയലിൽ ടിപ്പുവിന്റെ സൈന്യം താവളമടിച്ചു. സൈന്യം താഴത്തുവീട് കൊള്ളയടിക്കാൻ പോകുന്നുവെന്ന ശ്രുതിയുണ്ടായി. പരിസരവാസികൾ ഭയചകിതരായി. ടിപ്പുവിന്റെ കയ്യിൽപെടുന്നതിന് മുമ്പ്, തന്നെ വെടിവെച്ചു കൊല്ലാൻ 'ഗുരുക്കളച്ഛനായ കോരൻ നമ്പ്യാർ തന്റെ കാര്യസ്ഥനും സന്തതസഹചാരിയുമായ രാമർകുട്ടിയോട് ആജ്ഞാപിച്ചുവത്രെ! അനുസരിക്കാൻ മാത്രം പഠിച്ച ഭൃത്യന്, ഗത്യന്തരമില്ലാതെ കൃത്യം നിർവ്വഹിക്കേണ്ടി വന്നു. തുടർന്ന് ഭ്രാന്തമായ ഒരു ആവേശത്തിൽ രാമർകുട്ടി യജമാനന്റെ വാളുമെടുത്ത് ആർത്തട്ടഹസിച്ചുകൊണ്ട് നാലുനാഴിക അകലെയുള്ള കുംഭം വയലിലുള്ള പട്ടാള കേമ്പിലേക്ക് ഓടിയത്രെ. കേമ്പിൽ പാഞ്ഞുകയറി നാലഞ്ചുസൈനികരെ വെട്ടിക്കൊന്നു! യജമാനന്റെ പരമഭക്തനായ ആ ഭൃത്യന് പിന്നീട് എന്തു സംഭവിച്ചുവെന്ന് ഊഹിക്കാവുന്നതാണ്.

ഗുരിക്കളച്ഛന്റെ പിൻതലമുറക്കാരിൽ ഏറ്റവും പ്രസിദ്ധനായിരുന്നു കു

ഞ്ഞിക്കമ്മാരൻ നമ്പ്യാർ. അദ്ദേഹം മദിരാശി മെഡിക്കൽ കോളേജിൽ പഠിക്കുമ്പോഴാണ് ജ്യേഷ്ഠനായ തറവാട്ട് കാരണവർ കുഞ്ഞിക്കണ്ണൻ നമ്പ്യാർ അന്തരിച്ചത്. വാർത്ത അറിഞ്ഞ ഉടൻ പഠനം ഉപേക്ഷിച്ച് കുഞ്ഞിക്കമ്മാരൻ നമ്പ്യാർ നാട്ടിലേക്ക് മടങ്ങി. അങ്ങനെ 1932 ൽ നാല്പത്തിനാലാമത്തെ വയസ്സിലാണ് അദ്ദേഹം കാരണവർ സ്ഥാനത്ത് അവരോധിക്കപ്പെടുന്നത്. കുടിയാന്മാരും തറവാട്ടിലെ കുടുംബാംഗങ്ങളുമായി ആത്മബന്ധം സ്ഥാപിക്കാൻ അദ്ദേഹം പ്രത്യേകം ശ്രദ്ധിച്ചു.

നല്ലൊരു സാമൂഹ്യ പ്രവർത്തകനും സാമൂഹ്യപരിഷ്കർത്താവുമായിരുന്നു കുഞ്ഞിക്കമ്മാരൻ നമ്പ്യാർ. അക്കാലത്ത് മദിരാശി നിയമനിർമ്മാണസഭയിൽ ഭൂവുടമകളുടെ പ്രതിനിധിയെ ഉൾപ്പെടുത്താറുണ്ടായിരുന്നു. അങ്ങനെ അദ്ദേഹം നിയമസഭയിൽ അംഗമായി (MLC). അക്കാലത്ത് മദിരാശി വിദ്യാഭ്യാസ മന്ത്രി കോഴിപ്പുറത്ത് മാധവമേനോനായിരുന്നു. ആ സ്വാധീനം ഉപയോഗിച്ചാണ് കൂടാളിയിൽ ഒരു ഹൈസ്കൂൾ സ്ഥാപിക്കാൻ അദ്ദേഹത്തിന് കഴിഞ്ഞത്. തറവാട്ട് കാരണവർ എന്ന നിലയ്ക്ക് കുഞ്ഞിക്കമ്മാരൻ നമ്പ്യാർ അതിന്റെ സ്ഥാപകമാനേജറുമായി. നല്ലൊരു വായനക്കാരനും കവിയും സംസ്കൃതപണ്ഡിനുമായിരുന്നു അദ്ദേഹം. മേല്പത്തൂർ നാരായണഭട്ടത്തിരിയുടെ നാരായണീയം അർത്ഥവും ആശയവും ചോർന്നുപോകാതെ അദ്ദേഹം മലയാളത്തിൽ വൃത്താനുവൃത്തം പരിഭാഷപ്പെടുത്തിയിട്ടുണ്ട്. ഗുരുവായൂരപ്പന്റെ പരമഭക്തനായ ഈ ബഹുഭാഷാ പണ്ഡിതൻ ഭക്തി പാരവശ്യത്തിൽ ഗുരുവായൂരപ്പന് വഴിപാട് ആയിട്ടാണ് ഈ പുണ്യകർമ്മം നിർവ്വഹിച്ചത്. 1940 ൽ പൂർത്തിയാക്കിയ ഈ പരിഭാഷ പക്ഷേ, ഒരു പുസ്തകമാക്കി പ്രസിദ്ധീകരിക്കാൻ അദ്ദേഹത്തിനു കഴിഞ്ഞില്ല. (കുഞ്ഞിക്കമ്മാരൻ നമ്പ്യാർ അന്തരിച്ചതിനുശേഷം 50 വർഷം കഴിഞ്ഞ് അദ്ദേഹത്തിന്റെ മകൻ കെ.ടി ബാലഗോപാലൻ നമ്പ്യാരുടെ ചിത്രാരിയിലുള്ള വീട്ടിൽ നിന്നാണ് ആ കൃതിയുടെ കയ്യെഴുത്ത് പ്രതി ലഭിച്ചത്. സുപ്രസിദ്ധ സംസ്കൃതപണ്ഡിതൻ ഡോ. കെ.എച്ച് സുബ്രഹ്മണ്യന്റെ അവതാരികയോടും വൈദ്യ വിഭൂഷണം കെ.വി കൃഷ്ണൻ നമ്പ്യാരുടെ (കുന്നോത്ത്) 'പ്രണാമ' ലേഖനത്തോടും കൂടിയാണ് അത് പ്രസിദ്ധീകരിച്ചത്.)

ഇങ്ങനെ കവിത്വവും സംസ്കൃതവ്യുൽപ്പത്തിയും കൊണ്ട് അനുഗ്രഹീതനായ കുഞ്ഞിക്കമ്മാരൻ നമ്പ്യാർക്ക് അക്കാലത്ത് വടക്കേ മലബാറിൽ ജീവിച്ചിരുന്ന കുട്ടമത്ത്, വിദ്വാൻ പി. കേളുനായർ, വി.വി.കെ തുടങ്ങിയ കവികളുമായി ഏറെ സൗഹൃദമുണ്ടായിരുന്നു.

ആയിടയ്ക്കാണ് കൂടാളി താഴത്തുവീടിന്റെ ഗൃഹാങ്കണത്തിൽ നടന്ന

ഒരു വിവാഹത്തിൽ പങ്കെടുക്കാൻ പി. കുഞ്ഞിരാമൻ നായർ എത്തുന്നത്. വധു കൂടാളി താഴത്തുവീട് തറവാട് അംഗം അമ്മാളുവും വരൻ കമ്പല്ലൂർ കോട്ടയിലെ കുഞ്ഞിക്കേളുനമ്പ്യാരുമായിരുന്നു. മുക്കേയൻ (മൂന്ന് കെയുള്ളവൻ) എന്ന തൂലികാനാമത്തിൽ എഴുതുന്ന ഒരു യുവകവിയായിരുന്നു കുഞ്ഞിക്കേളുനമ്പ്യാർ. ഈ കവി ബന്ധത്തിലാണ് പി. വിവാഹത്തിന് പങ്കെടുക്കാൻ വന്നത്.

കല്യാണച്ചടങ്ങിനും വിഭവസമൃദ്ധമായ വിവാഹ സദ്യയ്ക്കും ശേഷം കുഞ്ഞിക്കമ്മാരൻ നമ്പ്യാരുമായി പി. സാഹിത്യ-സൗഹൃദസംഭാഷണത്തിൽ ഏർപ്പെട്ടു. സാന്ദർഭികമായി പി. തനിക്കൊരു സ്ഥിരവരുമാനമുള്ള ജോലിയല്ലാത്ത കാര്യം സൂചിപ്പിച്ചു. എങ്കിൽ തന്റെ സ്കൂളിൽ മലയാളം അധ്യാപകനായി കൂടെ എന്ന് മാനേജർ ചോദിച്ചു. എന്നാൽ കവിക്ക് അതിനുള്ള അടിസ്ഥാനയോഗ്യതയോ ആവശ്യമായ സർട്ടിഫിക്കറ്റോ ഉണ്ടായിരുന്നില്ല.

നാട്ടിലുള്ള പ്രൈമറി സ്കൂളിലെ പ്രാഥമിക വിദ്യാഭ്യാസത്തിനുശേഷം പട്ടാമ്പിയിൽ പുന്നശ്ശേരി നമ്പൂതിരിയുടെ കീഴിൽ സംസ്കൃതം പഠിച്ചു. തഞ്ചാവൂർ സംസ്കൃതവിദ്യാപീഠത്തിൽ ഉപരിപഠനം നടത്തി. അവിടെ സതീർത്ഥ്യരുടെ ‘കുഞ്ഞേട്ടനായി. പക്ഷേ കുഞ്ഞേട്ടൻ മഹാകു

സൃതിക്കാരനായിരുന്നു. കോളേജിന്റെ സാഹിത്യസമാജവാർഷികത്തിൽ അൻപത് പേജുള്ള സംസ്കൃത പ്രബന്ധം അവതരിപ്പിച്ച് പ്രിൻസിപ്പാൾ വേദാന്തമയ്യങ്കാറെ പോലും ആ കുസൃതിക്കാരൻ ഞെട്ടിച്ചുകളഞ്ഞു. ഇ ടയ്ക്ക് ശിരോമണി പരീക്ഷയ്ക്ക് പഠിച്ചു. പക്ഷേ പരീക്ഷയ്ക്ക് ഹാജരാ യില്ല. അതിന്നിടയിൽ അധ്യാപകയോഗ്യത നേടാൻ വിദ്വാൻ പരീക്ഷ യെഴുതി. ആദ്യത്തെ ചോദ്യം - ഭാഷയുടെ പിതാവായ തുഞ്ചത്തെഴു ത്തച്ഛനെകുറിച്ചായിരുന്നു. രണ്ടുമണിക്കൂറും ഒരു ചോദ്യത്തിനുതന്നെ ഉത്തരമെഴുതി. അങ്ങനെ വിദ്വാൻ പരീക്ഷ സുന്ദരമായി തോറ്റു. - ഈ കഥയൊക്കെ വള്ളിപുള്ളി തെറ്റാതെ മാനേജരോട് പറഞ്ഞു. അദ്ദേഹം കൗതുകത്തോടെ കേട്ടിരുന്നു. അവസാനം മാനേജർ ചോദ്യം ആവർ ത്തിച്ചു -

"എന്റെ സ്കൂളിൽ മലയാളം അധ്യാപകനാകാൻ താത്പര്യമുണ്ടോ?"

"താത്പര്യമുണ്ട്..... പക്ഷേ....." കവി അർധോക്തിയിൽ നിർത്തി.

"എങ്കിൽ നമുക്കൊന്ന് ശ്രമിക്കാം" - മാനേജർ പറഞ്ഞു.

ഏതെങ്കിലും അറിയപ്പെടുന്ന മഹാപണ്ഡിതനിൽ നിന്ന് ഒരു ശുപാർ ശ കത്ത് സംഘടിപ്പിച്ച് കൊടുക്കാൻ മാനേജർ നിർദ്ദേശിച്ചു.

കവി നേരെ പോയത് ആറ്റൂരിന്റെ അടുത്തേക്ക് ആയിരുന്നു ആറ്റൂർ കൃഷ്ണ പിഷാരടി. ആവശ്യം കേട്ടപ്പോൾ ആറ്റൂർ ചിരിച്ചു!

- സൂര്യൻ വെളിച്ചത്തിന് കടം ചോദിക്കുന്നു! പി.യുടെ കവിത കോ ളേജിലും സ്കൂളിലും പഠിപ്പിക്കുന്നു. പിന്നെന്തുകൊണ്ട് പി. ക്ക് ഹൈ സ്കൂളിൽ പഠിപ്പിച്ചുകൂടാ?

- "ഭാവനാസമ്പന്നനും പണ്ഡിതനുമായ പി. കുഞ്ഞിരാമൻ നായർ ക്ക് ഹൈസ്കൂളിൽ മലയാളം പഠിപ്പിക്കാൻ യോഗ്യതയുണ്ട് "- ആറ്റൂർ സാക്ഷ്യപ്പെടുത്തി.

ഈ ശുപാർശകത്തിന്റെ പിൻബലത്തിലാണ് അന്നത്തെ മദിരാശി വിദ്യാഭ്യാസവകുപ്പ് ഒരു സ്പെഷൽ ഓർഡറിലൂടെ കവിക്ക് യോഗ്യതാ സർട്ടിഫിക്കറ്റ് അനുവദിച്ചത്. അന്ന് വിദ്യാഭ്യാസ മന്ത്രിയായിരുന്ന കോ ഴിപ്പുറത്ത് മാധവമേനോനും എം.എൽ.സി ആയ കുഞ്ഞിക്കമ്മാരൻ ന മ്പ്യാരുമായുള്ള സൗഹൃദബന്ധമാണ് ഈയൊരു ഉത്തരവുണ്ടാകാൻ സ ഹായകമായത്. അങ്ങനെയാണ് പി. 1948 ൽ കൂടാളി ഹൈസ്കൂളിൽ അധ്യാപകനായി നിയമിക്കപ്പെടുന്നതും കുട്ടികളുടെ പ്രിയപ്പെട്ട 'കവി മാഷാ'കുന്നതും.

പി. കൂടാളിയെത്തിയതോടുകൂടി ഗാന്ധിജിയെ കണ്ട രണ്ട് മഹാഭാ ഗ്യവാന്മാരുടെ സാന്നിധ്യം സ്കൂളിൽ ഉണ്ടായി - ഒന്ന് ഹെഡ്മാസ്റ്റർ

കെ.ടി കുഞ്ഞിക്കേളപ്പൻ നമ്പ്യാർ തന്നെ. അദ്ദേഹം 1928 ൽ കോഴിക്കോട് സാമൂതിരി കോളേജിൽ പഠിക്കുമ്പോൾ ഗാന്ധിജി കോഴിക്കോട് സന്ദർശിച്ചിരുന്നു. ഗാന്ധിജിക്ക് നല്കിയ സ്വീകരണത്തിൽ വെച്ച് കോളേജിലെ വിദ്യാർത്ഥി പ്രിതിനിധിയായി ഹാരാർപ്പണം നടത്താൻ അദ്ദേഹത്തിന് അവസരം ലഭിച്ചു. തുടർന്ന് കറകളഞ്ഞ ഒരു ഗാന്ധിഭക്തനായി മാറി. കെ. കേളപ്പൻ, പി. കൃഷ്ണപിള്ള എന്നിവരുടെ നേതൃത്വത്തിൽ പയ്യന്നൂർ ഉളിയത്ത് കടവിൽ ഉപ്പു സത്യാഗ്രഹം നടത്തുമ്പോൾ സമരത്തിന് അഭിവാദ്യം അർപ്പിക്കാൻ കുഞ്ഞിമംഗലത്ത് നിന്ന് പോയ കാൽനടജാഥയിൽ കുഞ്ഞിക്കേളപ്പൻ നമ്പ്യാരുമുണ്ടായിരുന്നു.

മഹാകവി പി. ഒരു തികഞ്ഞ ഗാന്ധിയൻ അല്ലെങ്കിലും ഗാന്ധി സന്ദേശം ചാലിച്ച നിരവധി കവിതകൾ അദ്ദേഹം രചിച്ചിട്ടുണ്ട്. 'ഗാന്ധിഗ്രാം- അതെവിടെ?' എന്ന കവിത, ഗാന്ധിജി സ്വപ്നം കണ്ട രാമരാജ്യം രാവണരാജ്യമായി മാറുന്നതുകണ്ടപ്പോൾ മനംനൊന്ത് എഴുതിയതാണെന്ന് കവി തന്നെ സാക്ഷ്യപ്പെടുത്തുന്നു.

'നഗ്നകേരളം' എന്ന കവിത അവസാനിക്കുന്നതുതന്നെ - " ഗാന്ധി വീണ്ടുംമൊരവതാരമെടുത്തുവരും വരെ" എന്ന ശ്രദ്ധേയമായ വരിയിലൂടെയാണ്!

"വെൺചിതൽതിന്നുമുക്കാലുമദൃശ്യമായ്
ഗാന്ധിത്തലയുള്ളൊരിന്ത്യതൻഭൂപടം"

എന്ന പരിദേവനത്തോടെയാണ്. " ഇന്ത്യയുടെ ഭൂപടം എന്ന കവിത സമാപിക്കുന്നത്!- ഇത്രമേൽ ഗാന്ധിഭക്തനായ പി. 1932 ൽ ഗാന്ധിജി കണ്ണൂരിൽ വരുമ്പോൾ 'നവജീവൻ' എന്ന വാരികയുടെ പത്രാധിപരായി പത്രപ്രവർത്തനം നടത്തുകയായിരുന്നു.

അന്ന്, 1932 ജനുവരി 12 ന് വൈകുന്നേരം 4 മണിക്ക് കണ്ണൂർ പോലീസ് മൈതാനം 'കരകാണാപാൽ കടലായി' മാറിയതിന്റെ ദൃക്സാക്ഷി വിവരണം കവിത തുളുമ്പുന്ന ഗദ്യശൈലിയിൽ കവി എഴുതി നിറച്ചു. ഉയർന്ന പ്രസംഗമണ്ഡപത്തിൽ മനുഷ്യമഹിമയുടെ വിശ്വരൂപദർശനം നടന്നു. മനസ്സിൽ ആ സ്വർണവിഗ്രഹം നിറഞ്ഞു - പിച്ചക്കാരനായ ചക്രവർത്തി, പടത്തലവനായ മഹായോഗി വന്നു - ആ ലക്കം 'നവജീവൻ' ഒരു ഗാന്ധി സ്പെഷലായി പുറത്തിറങ്ങി. വാരിക പേരെടുത്തു.

മഹാകവി ഗാന്ധിജിയെ കണ്ടു 'ഗാന്ധി കി ജയ്!' വിളിച്ചു. അങ്ങനെ ഗാന്ധി ദർശനത്തിന്റെ പുണ്യം ലഭിച്ച രണ്ടുപേർ കൂടാളി ഹൈസ്കൂളിൽ ഞങ്ങളുടെ ഗുരുനാഥന്മാരായി! - ചന്ദനം ചാരിയവരുടെ ചന്ദന സുഗന്ധം ഞങ്ങൾ ആസ്വദിച്ചു!

ഹെഡ്മാസ്റ്ററും മഹാകവിയും

മഹാകവി പി. കൂടാളി ഹൈസ്കൂളിൽ ചേരുമ്പോൾ കെ.ടി. മാധവൻ നമ്പ്യാരായിരുന്നു ഹെഡ് മാസ്റ്റർ. 1958 ൽ അദ്ദേഹം റിട്ടയർ ചെയ്തു. കെ.ടി. കുഞ്ഞിക്കേളപ്പൻ നമ്പ്യാർ ഹെഡ്മാസ്റ്ററായി.

പി. സ്കൂളിൽ വരുന്നതിന് മുമ്പ് തന്നെ കേളപ്പൻ മാസ്റ്റർ അദ്ദേഹത്തെ കേട്ടറിഞ്ഞിരുന്നു. പി. കണ്ണൂരിൽ നിന്ന് 'നവജീവൻ' എന്ന ഒരു വാരിക പ്രസിദ്ധീകരിച്ചിരുന്നു. നല്ലൊരു എഴുത്തുകാരനായ കേളപ്പൻ നമ്പ്യാർ അതിന് തന്റെ സാഹിത്യ സൃഷ്ടികൾ അയക്കാറുണ്ട്. ചിലതൊക്കെ പ്രസിദ്ധീകരിച്ചിട്ടുമുണ്ട്. കേളപ്പൻ മാസ്റ്റർ പി.യെ ആദ്യമായി കണ്ടത് 1929 ഏപ്രിൽ മാസത്തിൽ പയ്യന്നൂരിൽ വെച്ച് ആയിരുന്നു. പിയുടെ അടുത്ത ബന്ധുവും നടനും നാടകകൃത്തുമായ വിദ്വാൻ പി. കേളു നായരുടെ ചരമത്തിൽ അനശോചനം നടക്കുന്നു. അങ്ങനെയൊരു യോഗം സംഘടിപ്പിച്ചതിന്റെ പ്രസക്തിയെ കുറിച്ച് ചിലർക്ക് സംശയമുണ്ടായിരുന്നു. കാരണം കേളുനായർ ആത്മഹത്യചെയ്യുകയാണുണ്ടായത്.

പ്രസംഗ പരിചയമൊന്നുമില്ലാത്ത ലജ്ജാശീലനായ ചെറുപ്പക്കാരനായിരുന്നു പി. എന്നാലും തന്റെ പ്രിയപ്പെട്ട കേളു ഏട്ടനോടുള്ള അപാരമായ ഭക്ത്യാദരങ്ങൾ പ്രകടിപ്പിച്ചുകൊണ്ടാണ് അന്ന് പി. അല്പനേരം സംസാരിച്ചത്. കരഞ്ഞു കലങ്ങിയ കണ്ണുകളുമായി അധികം പറയാൻ കവിക്കു കഴിഞ്ഞില്ല. പക്ഷേ പറഞ്ഞതെല്ലാം അദ്ദേഹത്തിന്റെ ഹൃദയവേദനയുടെ ആഴം അറിയിച്ചു. എങ്കിലും എന്റെ പ്രിയപ്പെട്ട കേളു ഏട്ടൻ എന്തിനിതു ചെയ്തു? എന്ന് കണ്ഠമിടറികൊണ്ട് പി. ചോദിച്ചപ്പോൾ സദസ്സിലുള്ള പലരുടേയും കണ്ണുകൾ ഈറനണിഞ്ഞിരുന്നുവെന്ന് കേളപ്പൻ മാസ്റ്റർ സാക്ഷ്യപ്പെടുത്തിയിട്ടുണ്ട്.

പി. കൂടാളിയിൽ വരുമ്പോൾ 'ഭക്തകവി' എന്നാണ് അറിയപ്പെട്ടിരുന്നത്. നീലേശ്വരം രാജാവാണ് അദ്ദേഹത്തിന് ഭക്തകവിപ്പട്ടം നൽകാൻ തീരുമാനിച്ചത്. എന്നാൽ അത് സ്വീകരിക്കാൻ കവി പോയില്ല. എങ്കിലും ഭക്തകവി എന്നു തന്നെ പരക്കെ അറിയപ്പെട്ടു. കൂടാളിയിലെ കുട്ടികളാണ് 'കവിമാഷ്' എന്ന് വിളിച്ചത്. കവിക്ക് അത് നന്നേ ബോധിച്ചു.

തന്റെ ആത്മകഥയിൽ അത് എടുത്ത് പറഞ്ഞിട്ടുമുണ്ട്. പി.യെ 'മലയാളത്തിന്റെ മഹാകവി' എന്നു വിളിക്കാനാണ് കേളപ്പൻ മാസ്റ്റർ ഇഷ്ടപ്പെട്ടത്. 1966 ഒക്ടോബർ 22 ന്റെ മാതൃഭൂമി പത്രത്തിൽ അതേ പേരിൽ അദ്ദേഹം ഒരു ലേഖനം എഴുതി പ്രസിദ്ധീകരിച്ചിട്ടുമുണ്ട്.

പി. കവിതകളുടെ നല്ലൊരു ആസ്വാദകനായിരുന്നു കേളപ്പൻ മാസ്റ്റർ. അദ്ദേഹം ഹെഡ്മാസ്റ്ററും പി. സഹാധ്യാപകനുമായിരുന്നുവെങ്കിലും വ്യക്തിബന്ധത്തിൽ ഈ ഔദ്യോഗിക അന്തരമൊന്നും അവർ സൂക്ഷിച്ചിരുന്നില്ല. ഒരു കവി എന്ന നിലയിൽ പി. ക്ക് ഹെഡ്മാസ്റ്റർ സർവ്വതന്ത്ര സ്വാതന്ത്ര്യം അനുവദിച്ചിരുന്നു. അക്കാലത്ത് സ്കൂളിലെ പാഠ്യേതര പ്രവർത്തനങ്ങൾ പ്രസിദ്ധമായിരുന്നു. വിശിഷ്യ സാഹിത്യസമാജം, സ്കൂൾ സാഹിത്യസമാജം പൊതുവേയും ക്ലാസ് സാഹിത്യസമാജങ്ങൾ പ്രത്യേകമായും സംഘടിപ്പിച്ചിരുന്നു. സ്കൂൾ സാഹിത്യസമാജത്തിന്റെ ചുമതല കവിമാഷിനായിരുന്നു. അന്നത്തെ പ്രഗത്ഭരായ ചില എഴുത്തുകാരെ കവി സ്കൂളിൽ ക്ഷണിച്ചുവരുത്തിയിട്ടുണ്ട്.

1958-61 വർഷങ്ങളിൽ ഞാൻ കൂടാളി ഹൈസ്കൂളിൽ പഠിക്കുമ്പോൾ ഒരു വർഷത്തെ സ്കൂൾ സാഹിത്യസമാജം ഉദ്ഘാടനം ചെയ്യാൻ വന്നത് എസ്.കെ. പൊറ്റക്കാട് ആയിരുന്നു. മഹാകവിയുടെ സ്വാധീനം കൊണ്ടാണ് ഈ ചെറിയ കാര്യത്തിന് ആ വലിയ കഥാകാരൻ കൂടാളിയിൽ വന്നത്. പൊറ്റക്കാടിനെ പി. സ്നേഹപൂർവ്വം സ്വീകരിച്ചു. ഹെഡ്മാസ്റ്ററെ പരിചയപ്പെടുത്തി. അദ്ദേഹം കവിയോടൊപ്പം വിശാലമായ സ്കൂൾ ലൈബ്രറി സന്ദർശിച്ചു. പൊറ്റക്കാട് തന്റെ ഉദ്ഘാടന പ്രസംഗത്തിൽ ഇക്കാര്യം സൂചിപ്പിക്കുകയും ചെയ്തു. ഇടയ്ക്ക് അദ്ദേഹം പറഞ്ഞു - ഞാൻ നിങ്ങളുടെ വിശാലമായ സ്കൂൾ ലൈബ്രറി കണ്ടു. പുസ്തകങ്ങളുടെ ഒരു സാമ്രാജ്യം! ആയിരക്കണക്കിന് പുസ്തകങ്ങൾ! ഇത്ര വലിയ ലൈബ്രറി ഞാൻ ഒരു സ്കൂളിലും കണ്ടിട്ടില്ല. എന്നാൽ ഞാൻ ഒന്ന് ചോദിക്കട്ടെ, ആ പുസ്തകങ്ങൾ മുഴുവൻ വായിക്കാൻ കഴിയുന്ന എത്ര കുട്ടികൾ ഈ സദസ്സിലുണ്ട്?

കുട്ടികൾ ഒന്ന് ഞെട്ടി! പൊറ്റക്കാട് ചോദ്യം ഒന്നു കൂടി ആവർത്തിച്ചു. കുട്ടികൾ പരസ്പരം നോക്കി. ആ പുസ്തകങ്ങൾ മുഴുവൻ വായിക്കുകയോ? ആർക്ക് കഴിയും? - അപ്പോഴതാ സദസ്സിൽ നിന്ന് എഴുന്നേറ്റ് ഒരു കുട്ടി ഉറക്കെ വിളിച്ച് പറയുന്നു - ഞാൻ വായിക്കും സർ.

കുട്ടികൾ അവനെ നോക്കി പരിഹാസപൂർവ്വം ചിരിച്ചു. ആ പുസ്തകങ്ങൾ മുഴുവൻ ഇവൻ വായിക്കുമെന്നോ?

പൊറ്റക്കാട് ആ കുട്ടിയെ സ്റ്റേജിലേക്ക് വിളിച്ചു. അവനെ പുറത്തു

തട്ടി അഭിനന്ദിച്ചു. മിടുക്കൻ! കുട്ടികളായാൽ ഇങ്ങനെ വേണം! ആത്മ വിശ്വാസം വേണം; ഇച്ഛാശക്തി വേണം. വേണമെങ്കിൽ ചക്ക.....?

വേരിലും കായ്ക്കും- കുട്ടികൾ പൂരിപ്പിച്ചു. തുടർന്ന് പൊറ്റക്കാട് വായ നയുടെ സ്വാധീനത്തെ കുറിച്ചും കഥാസാഹിത്യത്തെ കുറിച്ചുമൊക്കെ സംസാരിച്ചു- സ്കൂൾ സാഹിത്യസമാജം ഉദ്ഘാടനം ചെയ്തതായി പ്രഖ്യാപിച്ചു.

പൊറ്റക്കാട് തിരിച്ചു പോകുമ്പോൾ കവി ബസ്സ് സ്റ്റോപ്പ് വരെ അനു യാത്ര ചെയ്തു. പ്രസിദ്ധ സാഹിത്യ നിരൂപകനും കോളേജിയറ്റ് ഡയ റക്ടറുമായിരുന്ന ഡോ. കെ. ഭാസ്കരൻ നായർ പി. യുടെ ആരാധക നായിരുന്നു. കവി ക്ഷണിച്ചതനുസരിച്ച് മറ്റോരിക്കൽ അദ്ദേഹമാണ് സ്കൂൾ സാഹിത്യ സമാജം ഉദ്ഘാടനത്തിന് വന്നത്.

ഹെഡ്മാസ്റ്ററായ കുഞ്ഞിക്കേളപ്പൻ നമ്പ്യാരുടെ ഭവനമായ 'ദ്വാരക' സ്കൂളിൽ നിന്ന് അല്പം അകലെ താറ്റ്യോട് എന്നെ സ്ഥലത്താണ്. കവിയുടെ ഭാഷയിൽ "തോടുകൊണ്ടൊരു വെള്ളപ്പൂണുനൂൽ ധരിച്ചൊരു പാടത്തിൻ" വരമ്പിലൂടെയൊക്കെ നടന്നു പോകണം. മാത്രമല്ല പോ

കുഞ്ഞിക്കേളപ്പൻ നമ്പ്യാർ

കുന്നത് ദ്വാരകയിലേക്കാണല്ലോ. അതുകൊണ്ടു തന്നെ ഏറെ ഭവ്യതയോടെയും വിനീതവിധേയനായുമാണ് സഞ്ചാരം. പുല്ലിനോടും പൂവിനോടും സംസാരിച്ചും കൊറ്റിയുടേയും കുളക്കോഴിയുടേയും കുസൃതികൾ കണ്ടു രസിച്ചുമുള്ള ഈ യാത്രയിൽ ചിലപ്പോൾ കവിക്ക് പുതിയൊരു പ്രമേയം വീണു കിട്ടിയെന്നു വരാം.

കവി ദ്വാരകയിലെത്തിയാൽ ഒരു അതിഥിയെപ്പോലെയാണ് ഹെഡ്മാസ്റ്റർ സ്വീകരിക്കുക. കുശല പ്രശ്നങ്ങൾക്കു ശേഷം ആവി പാറുന്ന കാപ്പിയും കുടിച്ച് സാഹിത്യസംവാദത്തിലേക്ക് കടക്കും. സ്വാഭാവികമായും അടുത്തകാലത്ത് ആനുകാലികങ്ങളിൽ പ്രസിദ്ധീകരിച്ച കവിയുടെ ഏതെങ്കിലും കവിതയെ കുറിച്ചായിരിക്കും ചർച്ച. തന്റെ കവിതയെ കുറിച്ചുള്ള വിലപ്പെട്ട അഭിപ്രായങ്ങൾ കവി തലയും താഴ്ത്തിയിരുന്ന് ശ്രവിക്കും. ചില പ്രയോഗങ്ങളിലെ വ്യംഗ്യത്തിന്റെ ഭംഗി നല്ലൊരു എഴുത്തുകാരൻ കൂടിയായ ഹെഡ്മാസ്റ്റർ എടുത്തുപറയുമ്പോൾ കവി സന്തോഷത്തോടെ തലയാട്ടും. ചിലപ്പോൾ ഏറ്റവും പുതിയ കവിത പകർത്തിയ കടലാസ് തന്റെ ജുബ്ബയുടെ കീശയിൽ തിരുകി വെച്ചിട്ടുണ്ടാകും. സംസാരത്തിന്നിടയിൽ തികച്ചും അപ്രതീക്ഷിതമായി ആ അനാഘ്രാതപുഷ്പം പുറത്തെടുത്ത് ഹെഡ്മാസ്റ്ററെ കാണിക്കും വായനക്കുശേഷം 'അസ്സലായിട്ടുണ്ട്' എന്നൊരു സാക്ഷ്യപത്രം ലഭിച്ചാൽ കവിക്ക് എല്ലാമായി!

കവി ഏറ്റവും ഒടുവിൽ ദ്വാരകയിൽ പോയത് 1961 മെയ് മാസമായണ്. കൊല്ലത്തുള്ള ശ്രീരാമവിലാസം പ്രസിദ്ധീകരിച്ച 'മൺകുടത്തിന്റെ വില' എന്നു കവിതാസമാഹാരത്തിന്റെ ഒരു കോപ്പിയുമായിട്ടായിരുന്നു ആ സന്ദർശനം. ഹെഡ്മാസ്റ്റർ അത് സന്തോഷപൂർവ്വം സ്വീകരിച്ചു.

കവിയുടെ മുന്നിൽ വെച്ച് തന്നെ അതിലെ മൺകുടത്തിന്റെ വില എന്ന കവിത വായിച്ചു.

> വടിവൊത്തചെറുചേനതുടരണിപ്പുതുമങ്ക-
> ക്കൊടിയുടെ അടിവയർ കനത്തുവല്ലോ
> മുളകിന്റെവിരലുകൾ പവിഴച്ചാർത്തണഞ്ഞല്ലോ
> മരതകമണിമുടിയുറച്ചുവല്ലോ

ഈ വരികൾ ഒന്നു കൂടി ആവർത്തിച്ചു വായിച്ചുകൊണ്ട് കേളപ്പൻ

മാസ്റ്റർ കവിയെ ഒന്നുനോക്കി. ആ നോട്ടത്തിന്റെ വ്യംഗ്യം പി. ഏറെ ആസ്വദിച്ചു.

ഞൊടിയിടക്കൊണ്ടു നമ്മളറിയാതെയൊരുദിനം-
ഉടഞ്ഞുപോംകുടം, കടം മാത്രമവശേഷിക്കും!

എന്ന അവസാനത്തെ വരി കൂടി ചൊല്ലിയതിന്നു ശേഷം ഹെഡ്മാസ്റ്റർ കവിയെ ഒന്നുകൂടി അർത്ഥം വെച്ച് നോക്കി-

വെറുതെയല്ല മാതൃഭൂമിയിലെ സി. എച്ച് കുഞ്ഞപ്പ പറഞ്ഞത്- പി. യുടെ മറ്റേത് കവിത മറന്നാലും മൺകുടത്തിന്റെ വില മറക്കില്ല എന്ന്.

കേളപ്പൻ മാസ്റ്ററുടെ ആ കമന്റ് കൂടി കേട്ടപ്പോൾ കവി ആനന്ദപുളകിതനായി. അദ്ദേഹം യാത്ര പറഞ്ഞ് ഇറങ്ങാനൊരുങ്ങിയപ്പോൾ ഒരു 100 രൂപയുടെ നോട്ട് വെച്ചുനീട്ടിക്കൊണ്ട് പറഞ്ഞു-

മൺകുടത്തിന്റെ വില വാങ്ങാതെ പോകരുത്.

കവി അത് വാങ്ങാൻ മടിച്ചു. കേളപ്പൻ മാസ്റ്റർ നിർബന്ധിച്ചു.

'കടം കൊണ്ട കുടത്തിന്റെ വിലയിന്നും കൊടുത്തില്ലേ നീ' എന്ന് എന്നും എന്റെ മന:സാക്ഷി ചോദിച്ചു കൊണ്ടിരിക്കും.

കവി ഭവ്യതയോടെ, ഊറിചിരിച്ചുകൊണ്ട് 100 രൂപ വാങ്ങി. അങ്ങനെ നിർവൃതിയുടെ പട്ടുകുടയും ചൂടിക്കൊണ്ടാണ് പി. അന്ന് ദ്വാരകയുടെ പടിയിറങ്ങിയത്.

*** *** ***

ഇതുപോലെ സ്കൂളിന്റെ തൊട്ടടുത്ത് താമസിക്കുന്ന കെ.ടി. രാമകൃഷ്ണ നമ്പ്യാരും പി. യുടെ സന്ദർശനത്തെ കുറിച്ച് പറയാറുണ്ട്. (ഗണിത ശാസ്ത്രധ്യാപകനായ രാമകൃഷ്ണൻ മാസ്റ്റർ പിന്നീട് ഹെഡ് മാസ്റ്ററായി. സർവീസിൽ നിന്ന് വിരമിച്ചതിന്നുശേഷം സ്കൂൾ മാനേജറായി ഭരണ നിർവ്വഹണം നടത്തി).

കെ.ടി. രാമകൃഷ്ണൻ നമ്പ്യാർ

സ്കൂളിന്റെ ഏറ്റവും അടുത്ത് താമസിക്കുന്ന സഹപ്രവർത്തകൻ എന്ന നിലയിൽ പി. അദ്ദേഹത്തെ ചിലപ്പോഴൊക്കെ സന്ദർശിക്കാറുണ്ടായിരുന്നു. കുറച്ച് സമയം കുശലം പറയും. പെട്ടെന്ന് എഴുന്നേറ്റ് പുറത്തുപോകും. അകത്തുനിന്ന് ഒരു കാപ്പിയുമായി മാഷിന്റെ ഭാര്യ ശ്രീമതി മാലതിയമ്മ വന്ന് കവിയെ അന്വേഷിക്കും. അദ്ദേഹം അപ്പോൾ മുറ്റത്ത് നിന്ന് മാവുംപിലാവും പുളിയും കരിമ്പും നിറഞ്ഞ പറമ്പിലേക്ക് നോക്കി നില്

ക്കുന്നുണ്ടാകും. വിളിക്കുമ്പോൾ പെട്ടെന്ന് ഭാവനയുടെ ലോകത്ത് നിന്ന് തിരിച്ചു വരും.

രാമകൃഷ്ണൻ മാസ്റ്ററും നല്ലൊരു വായനക്കാരനാണ്. വാരികകളിൽ പ്രസിദ്ധീകരിച്ചു വരുന്ന പി. യുടെ കവിതകൾ പ്രത്യേകം സൂക്ഷിച്ചു വെക്കും. കവി വീട്ടിൽ വരുമ്പോൾ ആ കവിതകളെകുറിച്ച് സംസാരിക്കും ഒരു സ്പെഷൽ പുഞ്ചിരി മാത്രമായിരിക്കും പി. യുടെ മറുപടി. വീടിന്റെ പിന്നിലുള്ള വലിയ ഗെയിറ്റിലൂടെ കടന്നുവരുന്ന കവി മുന്നിലുള്ള ചെറിയ ഗെയിറ്റിലൂടെ പുറത്തേക്കുപോകും.

ഈ സൗഹൃദസന്ദർശനങ്ങളിലെല്ലാം കവി പാലിക്കുന്ന ഒരു മിതത്വമുണ്ട്. എവിടെയും അധികസമയം ഇരിക്കുകയില്ല. ചിലപ്പോൾ സംസാരത്തിന്നിടയിൽ സമയം അധികമായെന്നു തോന്നിയാൽ ഒരു വെളിപാടുണ്ടായതുപോലെ പെട്ടെന്ന് എഴുന്നേറ്റ് പോകും. അതിഥിയുടെ മാത്രമല്ല ആതിഥേയന്റെ സമയത്തിനും വിലയുണ്ടെന്ന ബോധം കവി കാത്തു സൂക്ഷിച്ചിരുന്നു. തിഥി പോലും വൈകാതെ പോകുന്ന ആളാണല്ലോ അതിഥി!

കവിയുടെ ക്ലാസ്സുകൾ

മഹാകവി പി. കുഞ്ഞിരാമൻ നായരുടെ ക്ലാസിലിരിക്കാൻ കഴിഞ്ഞത് മഹാഭാഗ്യമായി കരുതുന്നവരാണ് കവിമാഷിന്റെ ശിഷ്യന്മാർ. കാരണം അത്രമേൽ നാടകീയവും സംഭവ ബഹുലവുമായിരുന്നു ആ ക്ലാസ്സുകൾ.

കുറ്റ്യാട്ടൂർ യു.പി സ്കൂളിലെ എട്ടാം ക്ലാസിൽ നിന്ന് 1958 ൽ അന്നത്തെ ESLC പരീക്ഷ പാസ്സായി. അതേവർഷം ജൂണിലാണ് ഞാൻ കൂടാളി ഹൈസ്കൂളിലെ ഫോർത്ത് ഫോമിൽ ചേർന്നത്.

ഞാനോർക്കുന്നു, ജൂൺ രണ്ടാംവാരം ഒരു ബുധനാഴ്ച മൂന്നാമത്തെ പിരിയേഡിനാണ് കവി മാഷ് ആദ്യമായി എന്റെ ക്ലാസിൽ വരുന്നത്. കവി ക്ലാസ്സിൽ പ്രവേശിക്കുന്നതോടെ നാടകീയത ആരംഭിക്കുകയായി. കുട്ടികൾ ചാടിയെഴുന്നേറ്റ് ആദരവോടെ അഭിവാദനം ചെയ്തു. "ഗുഡ് മോണിംഗ് സർ".

പ്രത്യഭിവാദനം ചെയ്യാതെ കവി വന്ന പടിനിന്നു. ക്ലാസ്സ് മുഴുവൻ ഒന്ന് നയനാവലോകനം നടത്തി. മാഷ് ഇരിക്കാത്തതു കൊണ്ട് ഞങ്ങളും ഇരുന്നില്ല. സൂചി വീണാലതും കേൾക്കും നിശബ്ദത!

പെട്ടെന്നാണ് ഒരു പ്രഖ്യാപനം -

"നമസ്തേന്ന് പറഞ്ഞാൽ മതി -അവന്റെ ഒരു ഗുഡ്മോണിംഗ് -മെക്കാളെയുടെ മക്കൾ!"

ഞങ്ങൾ പരസ്പരം നോക്കി. ആരാണീ മെക്കാളെ? അതിന് മുമ്പ് അങ്ങനെയൊരു പേര് ഞങ്ങൾ കേട്ടിരുന്നില്ല.

മാഷ് ഇരിക്കുന്നതോടെ ഞങ്ങളും ഇരുന്നു. അക്കാലത്ത് ഓരോ ക്ലാസിലും മരം കൊണ്ടുണ്ടാക്കിയ ഒരു ചെറിയ സ്റ്റേജ് ഉണ്ടായിരുന്നു. അതിന്റെ മുകളിലാണ് മേശയും കസേരയും ബ്ലേക്ക് ബോർഡും മറ്റുമുള്ളത്.

ഇരുന്ന ഇരിപ്പിൽ മൂക്കിന്റെ മുകളിൽ ഊർന്നു താഴ്ന്ന കണ്ണടയ്ക്ക് മുകളിലൂടെ മാഷ് ഓരോ കുട്ടിയുടേയും രൂപവും ഭാവവും ഒപ്പിയെടുത്തു. പെട്ടെന്ന് അദ്ദേഹം മുൻ ബെഞ്ചിന്റെ അറ്റത്തിരിക്കുന്ന ഒരു ചെറിയ കുട്ടിയെ സ്റ്റേജിലേക്ക് വിളിച്ചു. അവൻ എഴുന്നേറ്റ് ആശങ്കയോടെ അടുത്തേക്ക് പോയി. പരിഭ്രമം കൊണ്ട് അവന്ന് നേരിയ. വിറയൽ ഉണ്ടായിരുന്നു.

എന്താണ് സംഭവിക്കുന്നതെന്നറിയാൻ എല്ലാവരും കണ്ണും കാതും കൊടുത്തു. കവി പെട്ടെന്ന് എന്തോ ഒന്ന് അവന്റെ കുപ്പായകീശയിലിട്ടു. എന്താണതെന്ന് എടുത്തുനോക്കാൻ അവന്ന് ധൈര്യമുണ്ടായിരുന്നില്ല. അവന്റെ ഊരും പേരും ചോദിച്ചു. എല്ലാം പറഞ്ഞു.

ശരി, പോയ്ക്കോ - കവിയുടെ കല്പന

അവൻ തന്റെ ഇരിപ്പിടത്തിലേക്ക് തിരിച്ചുപോയി. ഇരുന്നതിന്റെ ശേഷമാണ് തന്റെ കീശയിലെന്താണെന്ന് നോക്കിയത്. അത് ഒരു നാരങ്ങയല്ലി മിഠായിയായിരുന്നു.!

അടുത്ത ഊഴം തന്റേതായിരിക്കുമെന്ന പ്രതീക്ഷയിൽ എല്ലാവരും ഇരിക്കുമ്പോൾ മാഷ് പെട്ടെന്ന് തന്റെ കയ്യിലുള്ള മലയാളം പാഠാവലി തുറന്നു. രണ്ടാമത്തെ പാഠഭാഗം എടുത്തു - അതൊരു ഗദ്യപാഠമായിരുന്നു. പാഠഭാഗം മാഷ് ഒരു കുട്ടിയെ കൊണ്ട് വായിപ്പിച്ചു - തോട്ടിന് കുറുകെയിട്ട 'ഒറ്റപ്പാലം' കടക്കുന്ന ആയാസത്തോടെ അവൻ വായന തുടങ്ങി. ഉച്ചാരണപിശകോ അക്ഷരത്തെറ്റോ വരുമ്പോൾ മാഷ് പറയും

"എഴുതാപ്പുറം വായിക്കേണ്ട....."

അവൻ തപ്പിതടഞ്ഞ് വായിച്ചുകൊണ്ടിരിക്കുമ്പോൾ അതാ വിളി വരുന്നു -

"ഇവിടെ വാ...."

എന്തോ സംഭവിക്കാൻ പോകുന്നുവെന്ന ഭയപ്പാടോടെ അവൻ അടുത്തേക്ക് ചെന്നു. എല്ലാ കണ്ണുകളും അവനെ പിൻതുടർന്നു.

"രാവിലെ കുളിച്ചിട്ടില്ല അല്ലേ?"

"ഇല്ല സർ..." അവൻ കുറ്റബോധത്തോടെ പറഞ്ഞു.

മാഷ് പെട്ടെന്ന് അവന്റെ മുടി ചുരുട്ടിപ്പിടിച്ച് തല ശക്തിയായി മുന്നോട്ട് കുനിച്ചു. പിന്നോട്ട് നിവർത്തി രണ്ടുമൂന്ന് വട്ടം ഈ കലാപരിപാടി ആവർത്തിച്ചു.

"കുളിക്കാതെ തല ഇസ്ത്രിയിട്ടു വന്നിരിക്കുന്ന പഹയൻ!"

കുളിക്കാത്തവരാണ് ക്ലാസ്സിൽ അധികവും - ഞാൻ ഉൾപ്പെടെ. എല്ലാവരും പരസ്പരം നോക്കി. ചിലർ സ്വന്തം തലമുടി തപ്പിനോക്കി. പെട്ടെന്ന് മാഷിന്റെ ഒരു പ്രഖ്യാപനം.

"എല്ലാവരും രാവിലെ കുളിച്ചേ ക്ലാസ്സിൽ വരാവൂ, കുളിക്കാത്തവർ വരണമെന്നില്ല"!. അതൊരു സുഗ്രീവാജ്ഞയായിരുന്നു.

ക്ലാസ്സ് തുടരുന്നു. നന്നായി വായിക്കാനറിയുന്നവരെ കൊണ്ട് അല്പാല്പമായി പാഠഭാഗം മുഴുവൻ വായിപ്പിക്കുന്നു. വിഷമപദങ്ങളുടെ അർ

ത്ഥം പറഞ്ഞു തരുന്നു. ആവശ്യമുള്ളവർക്ക് അതെഴുതിയെടുക്കാൻ അവസരം നൽകുന്നു. ചില ശൈലികളും പ്രയോഗങ്ങളും വ്യാഖ്യാനിച്ച് തരും. പാഠത്തിന്റെ അവസാനമുള്ള ചോദ്യങ്ങൾക്ക് അടുത്തദിവസം ഉത്തരമെഴുതി വരാൻ നിർദ്ദേശിക്കുന്നു. ശ്രാവ്യവായന - അതിനാണ് കവി ഏറെ പ്രാധാന്യം നൽകിയിരുന്നത്.

കവി മാഷ് എടുക്കുന്നത് ഒരു കവിതയാണെന്നിരിക്കട്ടെ. ആദ്യം ആ കവിതയുടെ കർത്താവിനെ പരിചയപ്പെടുത്തുന്നു. ആ കവിയുടെ മറ്റ് ചില കൃതികളുടെ പേരും പരാമർശിക്കുന്നു. അറിയുന്ന മറ്റ് ചില കവികളുടെ പേര് കുട്ടികളെകൊണ്ട് പറയിപ്പിക്കുന്നു. വള്ളത്തോൾ, ഉള്ളൂർ ആശാൻ, ചെറുശ്ശേരി,..........

ചിലർ കവിമാഷെ അല്പം സുഖിപ്പിക്കാൻ പി. കുഞ്ഞിരാമൻ നായർ എന്ന് വിളിച്ച് പറയും. പെട്ടെന്ന് അവന്റെ അടുത്ത് ചെന്ന് ചോദിക്കും.

“ആ പഹയൻ കവിയാണെന്ന് നിന്നോട് ആരാ പറഞ്ഞത്”?

എന്തോ അബദ്ധം പറഞ്ഞുപോയെന്ന ഭാവത്തിൽ അവൻ മൗനിയാകും. കവിത എടുത്തു കഴിഞ്ഞാൽ ആ പാഠഭാഗം മുഴുവൻ മന:പാഠം പഠിക്കാൻ നിർബന്ധിക്കും. പഠിച്ചിട്ടുണ്ടോ എന്ന് തുടർന്നുള്ള ദിവസങ്ങളിൽ പരിശോധിക്കുകയും ചെയ്യും.

എല്ലാവരേയും വഴിക്കുവഴി ചൊല്ലിക്കും. ഈ അഖണ്ഡയജ്ഞത്തിനിടയിൽ ആരെങ്കിലും എന്തെങ്കിലും കുസൃതി കാട്ടിയാൽ പിന്ന

ത്തെ പൂരം പറഞ്ഞറിയിക്കേണ്ടതില്ല! മേശ കൈകൊണ്ട് മുന്നോട്ടും കസേര കാൽ കൊണ്ട് പിന്നോട്ടും തട്ടിമാറ്റികൊണ്ട് ചടപടാന്ന് ഒന്ന് ചാടി എഴുന്നേൽക്കും. പിന്നെയൊരു ഓട്ടമാണ്. ആ കുസൃതിക്കാരന്റെ അടുത്തേക്ക്.

"ആരെടാ നീ, എന്തിനാ ഇവിടെ വരുന്നത്? പഠിക്കാൻ മനസ്സില്ലെങ്കിൽ പോയ്ക്കോ.....!" ആ ശബ്ദം സമീപത്തെ ക്ലാസുകളിലും അലയടിക്കും. അവിടെയുള്ള അധ്യാപകർ ചിലപ്പോൾ കവിയുടെ ഈ 'പരാക്രമം' കാണാൻ എത്തിനോക്കിയെന്ന് വരും.

കവിമാഷ് സ്വന്തം കവിത ഒരിക്കലും ക്ലാസ്സിൽ പഠിപ്പിക്കാറില്ല. അത് ഒഴിവാക്കി അടുത്ത പാഠഭാഗത്തിലേക്ക് കടക്കും. അപ്പോൾ കുട്ടികൾ ഏക സ്വരത്തിൽ വിളിച്ചു പറയും -

"സർ, അതിനിപ്പുറമൊരു പദ്യമുണ്ട്"

"ആ പഹയന്റേത് പഠിക്കണ്ട - ഇതായിരിക്കും പ്രതികരണം.

കവിമാഷ് സുന്ദരമായ കവിതകളെഴുതുമെങ്കിലും ക്ലാസ്സിൽ കവിത ഈണത്തിൽ ചൊല്ലാറില്ല. പി. കൂടാളിയിലുള്ളപ്പോൾ ഞാൻ മൂന്ന് വർഷം അവിടെ പഠിച്ചിട്ടും ഒരു വർഷം കവിയുടെ ക്ലാസ്സിൽ തന്നെ ഉണ്ടായിട്ടും മാഷ് ഏതെങ്കിലും കവിത അതിന്റേതായ രീതിയിൽ ചൊല്ലി കേട്ടിട്ടില്ല. എന്നാൽ ഞാൻ കൂടാളിയിൽ നിന്ന് എസ്.എസ്.എൽ.സി കഴിഞ്ഞ് പുറത്തുപോയി എട്ട് വർഷം കഴിഞ്ഞപ്പോൾ, 1969 ലാണ് കവി സ്വന്തം കവിത മനോഹരമായി ചൊല്ലി അവതരിപ്പിക്കുന്നത് കേട്ടത്. അപ്പോഴേക്കും ഞാൻ കൂടാളി ഹൈസ്കൂളിൽ അധ്യാപകനായി കഴിഞ്ഞിരുന്നു. കവിമാഷ് 1961 ൽ കൂടാളിയിൽ നിന്ന് കൊല്ലങ്കോടേക്കും പോയിരുന്നു.

1969 ജനുവരി 26 റിപ്പബ്ലിക് ദിനം - തലശ്ശേരി സാഹിത്യ സമിതിയുടെ അഞ്ചാം വാർഷികം. പ്രശസ്ത നിരൂപകനും ബ്രണ്ണൻ കോളേജ് അധ്യാപകനുമായിരുന്ന എം.എസ്. മേനോനായിരുന്നു സമിതിയുടെ കാര്യദർശി. തലശ്ശേരി നഗരത്തിലുള്ള ഗവ. ട്രെയിനിംഗ് കോളേജിലായിരുന്നു പരിപാടി. ഉദ്ഘാടന സമ്മേളനം, സെമിനാർ, കവി സമ്മേളനം എന്നിവ വാർഷികത്തിന്റെ ഭാഗമായി സംഘടിപ്പിച്ചിരുന്നു.

ഉച്ചയ്ക്ക് നടന്ന കവി സമ്മേളനം ഉദ്ഘാടനം ചെയ്തത് മഹാകവി ജി. ശങ്കരക്കുറുപ്പായിരുന്നു. ഹ്രസ്വമായ ഒരു പ്രഭാഷണത്തിന് ശേഷം ഒരു കവിത അവതരിപ്പിച്ചുകൊണ്ടാണ് ജി. ഉദ്ഘാടനം നിർവ്വഹിച്ചത്. രണ്ടാമത് കവിത അവതരിപ്പിച്ചത് മഹാകവി പി. അധ്യക്ഷൻ പേര് വിളിച്ചപ്പോൾ പി. വിനീതവിധേയനായി 'ജ്ഞാനപീഠം' കയറിയ ജി. യെ

വൈകുന്നേരം 6 മണിമുതൽ 8 മണിവരെ

ചർച്ച:—**എഴുത്തുകാരനും സമൂഹവും**

അദ്ധ്യക്ഷൻ:—പ്രൊഫ: എസ്. ഗുപ്തൻ നായർ

സ്വാഗതം:—ടി. പി. സുകുമാരൻ

വിഷയാവതരണം:—എം. ടി. വാസുദേവൻനായർ

പ്രസംഗങ്ങൾ:—

തായാട്ട് ശങ്കരൻ

എം. ആർ. ചന്ദ്രശേഖരൻ

സി. ടി. അലി

കൃതജ്ഞത:—എം. എസ്. മേനോൻ

സമിതിയുടെ പ്രസിദ്ധീകരണങ്ങൾ

1 കവിത കവിത്രയത്തിനു ശേഷം
2 പൌരസ്ത്യസാഹിത്യദർശനം
3 നിരൂപണം മലയാളത്തിൽ

CITY, TLY.

കേരളസാഹിത്യസമിതി

തലശ്ശേരി ശാഖ

അഞ്ചാം വാർഷികം

26-1-1969

ഞായറാഴ്ച

സ്ഥലം:

ഗവൺമെണ്ട് ട്രെയിനിംഗ് കോളേജ്,

തലശ്ശേരി.

രാവിലെ 9-30 മുതൽ 1 മണിവരെ

സിംപോസിയം:—**കവിതയുടെ ലോകം**

അദ്ധ്യക്ഷൻ: എൻ. വി. കൃഷ്ണവാരിയർ

സ്വാഗതം: എ. കെ. നമ്പ്യാർ

അദ്ധ്യക്ഷപ്രസംഗം: "കവിഭാവന"

പ്രബന്ധങ്ങൾ:

ഭാരതീയ കവിതയുടെ ആത്മാവ്:—
പ്രൊഫ. പി. സി. വാസുദേവൻ ഇളയത്

കേരളീയ കവിതയുടെ പാരമ്പര്യം:—
ഡോക്ടർ കെ. എൻ. എഴുത്തച്ഛൻ

കവിതയുടെ നവോത്ഥാനകാലം:—എ. ബാലകൃഷ്ണവാരിയർ

ആധുനികകവിത:—എം. അച്യുതൻ

അത്യാധുനിക കവിത—കവിയുടെ ദൃഷ്ടിയിൽ:—
എൻ. എൻ. കക്കാട്

" നിരൂപകന്റെ ദൃഷ്ടിയിൽ:—
ജി. എൻ. പിള്ള

കൃതജ്ഞത:—എം. പി. കുമാരൻ

ഉച്ചക്ക് 2-30 മുതൽ 4-30 വരെ

കവിസമ്മേളനം

അദ്ധ്യക്ഷൻ:—**ജി**

സ്വാഗതം:—	എം. എൻ. വിജയൻ
കവികൾ:—	
പി. കുഞ്ഞിരാമൻ നായർ	ഇടശ്ശേരി
വി. കെ. കെ. ഗുരുക്കൾ	കുഞ്ഞുണ്ണി
കടവനാട് കുട്ടികൃഷ്ണൻ	യൂസഫലി കേച്ചേരി
കെ. പി. ആർ. മേനോൻ	എൻ. എൻ. കക്കാട്
വിഷ്ണുനാരായണൻ നമ്പൂതിരി	കെ. വി. രാമകൃഷ്ണൻ
വി. ടി. കുമാരൻ	[illegible]
പാലക്കീഴ് നാരായണൻ	വി. കെ. ഗോവിന്ദൻനായർ
അണ്ടലൂർ സുകുമാരൻ	ടി. വി. [illegible]
ഇ. പി. ആർ. വേശാല	[illegible]
വി. കെ. ശാന്ത	എൻ. കെ. ദേശം
കുഞ്ഞപ്പ പട്ടാനൂർ	രാജലക്ഷ്മി
സി. പി. പത്മനാഭൻനായർ	മലയത്ത് അപ്പുണ്ണി
കെ. പി. രാമകൃഷ്ണൻ	രാജൻ പാലയാട്

കൃതജ്ഞത:—[illegible] കുഞ്ഞികൃഷ്ണൻ

ഒന്ന് തൊഴുതു. ജുബ്ബയുടെ കീശയിൽ നിന്ന് ഒരു കടലാസ് വലിച്ചെടുത്തു പതുക്കെ നിവർത്തി സദസ്സിനെ ആകെയൊന്ന് നോക്കി. കവിതയുടെ തലക്കെട്ട് വായിച്ചു. 'താറാവിന്റെ ജുബ്ബ'! - അപ്പോൾ തന്നെ നീണ്ട കരഘോഷം!

പൊന്നുഷസ്സും മൂവന്തിയു -
മനുദിനം തുടയ്ക്കുന്നോ-
രിന്ദ്രനീലക്കൽ വിളക്കാം
ചക്രവാളത്തിൽ,
മറനീക്കിതാരാനുര -
ക്കടൽക്കരവഴിക്കെങ്ങോ
പറന്നുപോയ്, മറഞ്ഞുപോയ്
രാജഹംസങ്ങൾ!
തിങ്കൾക്കലക്കിതപ്പാറ്റും
ധവളശൃംഗാഗ്രങ്ങളിൽ
തങ്കനിറക്കെ ാക്കുരുമ്മും
രാജഹംസങ്ങൾ!

എന്ന് തുടങ്ങുന്ന 48 വരികളുള്ള കവിത നല്ല ഈണത്തിലും താളത്തിലും കവി ചൊല്ലി അവതരിപ്പിച്ചു. ഇടയ്ക്ക് ചില പ്രയോഗങ്ങളുടെ വ്യംഗ്യം വ്യാഖ്യാനിക്കാനും മറന്നില്ല. കവിത മുഴുവൻ വായിച്ചു കേട്ടപ്പോൾ ഞാൻ അത്ഭുത പരതന്ത്രനായി. കാരണം കവിയുടെ മലയാളം ക്ലാസ്സിൽ ലഭിക്കാത്ത അനുഭൂതിയാണ് അന്ന് കവി സമ്മേളനത്തിലുണ്ടായത്. പലരും സ്വന്തം കവിത അവതരിപ്പിച്ചു കഴിഞ്ഞാൽ സ്ഥലം വിടുകയാണ് പതിവ്. എന്നാൽ പി. അവിടെ തന്നെ ഇരുന്നു.

കവിസമ്മേളനത്തിൽ പങ്കെടുക്കുന്നവരുടെ കൂട്ടത്തിൽ എന്റെ പേരുമുണ്ടായിരുന്നു. എന്റെ ഊഴം വരുന്നതിന് മുമ്പ് കവി മാഷ് ഒന്നു പോയി കിട്ടണേ എന്നാണ് ഞാൻ ആഗ്രഹിച്ചത്. കാരണം, ഗുരുവായ അദ്ദേഹത്തിന്റെ സാന്നിധ്യത്തിൽ ഒരു കവിത അവതരിപ്പിക്കാൻ വല്ലാത്തൊരു ഉൾവിറയൽ ഉണ്ടായിരുന്നു.

അങ്ങനെ എന്റെ ഊഴം വന്നു. ധൈര്യം സംഭരിച്ച് കവിത ചൊല്ലി അവതരിപ്പിച്ചു. അപ്പോഴൊക്കെ പതിവ് ശൈലിയിൽ കണ്ണടയ്ക്ക് മുകളിലൂടെ കവി എന്നെ വീക്ഷിക്കുന്നുണ്ടായിരുന്നു. എല്ലാം കഴിഞ്ഞ് ഞാൻ സാറിനോട് യാത്ര പറഞ്ഞ് പോകാനിറങ്ങുമ്പോൾ പുറത്തു തട്ടിക്കൊണ്ട് കവി പറഞ്ഞു - കവിത ഞാൻ കേട്ടു. നന്നായി.

ഞാൻ കവിയുടെ കാൽ തൊട്ട് വന്ദിച്ചുകൊണ്ട് നന്ദി അറിയിച്ചു.

കവിയുടെ ശീലങ്ങൾ

കവിമാഷ് കൂടാളിയിലുണ്ടായിരുന്ന കാലത്ത് അദ്ദേഹത്തിന് സ്വന്തമായി ചില ശീലങ്ങൾ ഉണ്ടായിരുന്നു. സ്കൂളിന് അടുത്തുള്ള കാവുന്താഴ ക്ഷേത്രത്തിൽ പതിവായി രാവിലെ പോയി തൊഴുതു വരും. പോകുമ്പോൾ വഴിക്ക് ആദ്യം കാണുന്ന പശുവിന്, അഥവാ പശുക്കുട്ടിക്ക് കൊടുക്കാൻ ഒരു പഴം കയ്യിൽ കരുതി വെക്കും. അത് കൊടുത്തു കഴിഞ്ഞാൽ തിന്നു തീരുന്നതുവരെ അതിന്റെ സമീപത്തു തന്നെ നില്ക്കും. തിന്നു കഴിഞ്ഞാൽ അതിനെ തൊട്ടു വന്ദിച്ച് യാത്ര തുടരും. ക്ഷേത്ര ദർശനം കഴിഞ്ഞ് നേരെ വരുന്നത് സ്കൂളിലേക്കായിരിക്കും.

സ്കൂളിന് മുൻഭാഗത്തു തന്നെ ഒരു പ്രധാന ഗെയിറ്റും രണ്ട് ചെറിയ ഗെയിറ്റുമുണ്ട്. പ്രധാന ഗെയിറ്റിലൂടെ മാത്രമേ കവി സ്കൂളിലേക്ക് പ്രവേശിക്കുകയുള്ളൂ. ഗെയിറ്റിനടുത്ത് കവിമാഷ് വരുന്നതും നോക്കി ചില കുട്ടികൾ നമ്പ്യാർവട്ടപ്പൂക്കളുമായി കാത്തു നിൽക്കുന്നുണ്ടാകും. അവർ ആദരവോടെ അത് കവിക്ക് നല്കും. സന്തോഷത്തോടെ അവയെല്ലാം സ്വീകരിച്ച് നേരെ പോകുന്നത് സ്കൂൾ കിണറ്റിനരികിലേക്കായിരിക്കും. ഒരു തൊട്ടി വെള്ളം സ്വയം കോരിയെടുത്ത് മുഖം കഴുകും. തുടർന്ന് കൈക്കുമ്പിളിൽ അല്പം വെള്ളമെടുത്ത് പ്രസാദം പോലെ കുടിക്കും. പിന്നീട് ഖദർ ജുബ്ബയുടെ കീശയിൽ നിന്ന് ഒരു നാണയമെടുത്ത്, എത്രയെന്ന് നോക്കാതെ കിണറ്റിലിടും. അത് 'പ്ലും' എന്ന് കിണറ്റിൽ വീഴുന്ന ശബ്ദം കൂടി കേൾക്കണം. കുടിച്ച വെള്ളത്തിന്റെ വില എന്നാണ് കവിയുടെ ഈ അപൂർവ്വ ശീലത്തിന്റെ സങ്കല്പം! പിന്നെ നേരെ പോകുന്നത് ഓഫീസിലേക്ക് -

പഠിക്കുന്ന കാലത്ത് വീട്ടിൽ നിന്ന് അഞ്ചാറ് കിലോ മീറ്റർ അകലെയുള്ള സ്കൂളിലേക്ക് നടന്നുപോകാറുള്ള ഞാൻ ഒരു ദിവസം നടന്ന് തളർന്ന് ദാഹിച്ച് പരവശനായി കിണറിനരികിലെത്തിയപ്പോൾ കവി വെള്ളമെടുക്കുകയായിരുന്നു. ഞാൻ ഭവ്യതയോടെ മാറി നിന്നു. പതിവുപോലെ 'അമൃതസേവ' കഴിഞ്ഞ് കീശയിൽ നിന്ന് ഒരു നാണയത്തുട്ടെടുത്ത് തിരിഞ്ഞു നോക്കുമ്പോൾ എന്നെ കണ്ടു. 'ഇന്നത്തെ നിക്ഷേപം നിനക്കിരിക്കട്ടെ" എന്നു പറഞ്ഞുകൊണ്ട് അത് എന്റെ കീശയിലിട്ടു ത

ന്നു. ഞാനെന്തെങ്കിലും പറയുന്നതിന്നു മുമ്പ് കവി ഓഫീസിലേക്ക് പോകുകയും ചെയ്തു.

വെള്ളവും കുടിച്ച് ക്ലാസ്സിലേക്ക് പോകുന്നതിന്ന് മുമ്പ് ഞാനത് രഹസ്യമായി എടുത്തു നോക്കി. രണ്ടണയുടെ ഒറ്റനാണയം! അന്നത്തെ രണ്ടണയ്ക്ക് ഇന്നത്തെ 100 രൂപയേക്കാൾ വിലയുണ്ടായിരുന്നു.

ഞാൻ പഠിച്ച കൂടാളി ഹൈസ്കൂളിൽ തന്നെ അധ്യാപകനായി ചേർന്നത് 1968 ൽ ആയിരുന്നു. പിന്നെയും വർഷങ്ങൾ കഴിഞ്ഞപ്പോൾ ഒരു ദവനലവധിക്കാലത്ത് കൊടും വരൾച്ചയിൽ സ്കൂൾ കിണർ ആദ്യമായി വറ്റി വരണ്ടു. മാനേജരുടെ നിർദ്ദേശപ്രകാരം കിണറ്റിലെ ചളി കോരിയെടുത്ത് വൃത്തിയാക്കി...

ചെളിമണ്ണ് കിണറിന്റെ അടുത്തുള്ള ഒരു കുറ്റ്യാട്ടൂർ മാവിന്റെ ചുവട്ടിൽ കൂട്ടിയിട്ടു. (ആ മാവ് പിന്നീട് മുറിച്ചു കളഞ്ഞു) പഴയ കഥ ഓർമ്മയുള്ള ഞാൻ ഒരു കൗതുകത്തിന് ഒരു മരക്കമ്പെടുത്ത് ആ ചളിക്കൂമ്പാരത്തിൽ വെറുതേ ചികഞ്ഞുനോക്കി. അപ്പോഴതാ ഉള്ളിന്നുള്ളിൽ ഒരു നാണയത്തുട്ട് ചിരിക്കുന്നു! നാലണയുടെ (കാൽരൂപ) ഒറ്റനാണയമായിരുന്നു അത്. കഴുകിത്തുടച്ച് വൃത്തിയാക്കി സഹപ്രവർത്തകരെ കാണിച്ചു. നാലണയുടെ കഥ പറഞ്ഞു.

അവർ ഓർമ്മിപ്പിച്ചു – 'അത് കാലഹരണപ്പെട്ട കാൽരൂപയാണ്!' അതെ, അണനയാപൈസയായി. പക്ഷേ, എനിക്കത് കാലഹരണപ്പെടാത്ത അമൂല്യ നിധിയായിരുന്നു! ആ ചെളിക്കൂമ്പാരത്തിന്നുള്ളിൽ വേറെയും കുറേ 'എടുക്കാത്ത' നാണയങ്ങളുണ്ടായിരിക്കാം.

രാവിലെ പ്രാർത്ഥനയ്ക്കുമുമ്പ് കവിമാഷ് സ്കൂളിലെത്തും. പ്രഭാത പ്രാർത്ഥന കേൾക്കണമെന്നത് കവിക്ക് നിർബന്ധമായിരുന്നു. അക്കാലത്ത് ഒരു പഴയ പ്രാർത്ഥനാ ഗാനമാണ് ആലപിച്ചിരുന്നത്. ഒരു ദിവസം സാന്ദർഭികമായി സഹപ്രവർത്തകനായ നരേന്ദ്രൻ മാസ്റ്റർ ചോദിച്ചു – നിങ്ങൾ, ഇത്ര പ്രസിദ്ധനായ ഒരു കവി ഇവിടെയുണ്ടായിട്ടും ഒരു പുതിയ പ്രാർത്ഥന എഴുതി കൊടുത്തു കൂടെ? എത്രകാലമായി, ഈ പഴയ പല്ലവി കേൾക്കുന്നു!

കവി പെട്ടെന്ന് പ്രതികരിച്ചു– 'ഒരു കടലാസ് തരൂ. ഉടനെ എഴുതിത്തരാം.'

മാസ്റ്റർ ഒരു കടലാസ് കൊടുത്തു. കവി പഠിച്ചു വെച്ചതു പകർത്തിയെഴുതുന്ന അത്രയും വേഗത്തിൽ എഴുതിക്കൊടുത്തു.

> തിമിരഭേദകംവിശ്വബോധകം
> മിഹിരമണ്ഡലശ്രീവിരാജിതം

ഭുവനപാവനംസത്യസുന്ദരം
പരമധാമതദ്ഭാവയാമഹേ!

വിഹഗമംഗളപ്രാർത്ഥനാദൃതം
കവിഭീരിഡിതംകന്മഷാപകം
ഗഗനനിർമലംശാന്തമംസദാ
പരമധാമതദ്ഭാവയാമഹേ!

ഈ വരികളാണ് പിന്നീട് സ്കൂളിൽ പ്രാർത്ഥനയായി ആലപിച്ചത്. ഈ പ്രാർത്ഥനാ ഗാനം കവിമാഷ് എഴുതിയതാണെന്ന് അറിഞ്ഞപ്പോൾ ഒരു ദിവസം സാന്ദർഭികമായി ഞങ്ങൾ ക്ലാസിൽ വെച്ച് ഈ വരികളുടെ അർത്ഥമെന്താണെന്ന് ചോദിച്ചു.

'പട്ടാമ്പിയിൽ പോയി സംസ്കൃതം പഠിച്ചു വാ' - ഇതായിരുന്നു കവിയുടെ ഉത്തരം. പട്ടാമ്പി തെക്ക് എവിടെയോ ഉള്ള ഒരു സ്ഥലമാണ് എന്നല്ലാതെ അതിന്റെ പ്രാധാന്യമെന്തെന്ന് ഞങ്ങൾക്കാർക്കും അറിയുമായിരുന്നില്ല! കവി, കുറേക്കാലം പട്ടാമ്പിയിൽ പുന്നശ്ശേരി നമ്പിയുടെ കീഴിൽ സംസ്കൃതം പഠിച്ചിരുന്നുവെന്ന് പിന്നീടാണ് ഞങ്ങൾ മനസ്സിലാക്കിയത്.

സ്കൂൾ വിട്ടു കഴിഞ്ഞാൽ കവിമാഷെ കണ്ടു കിട്ടുക പ്രയാസമാണ്. ഒന്നുകിൽ കണ്ണൂരിലേക്കുള്ള ബസ്സ് കയറിയിട്ടുണ്ടാകും. അല്ലെങ്കിൽ പുതുതായി എഴുതിയ ഒരു കവിതയുമെടുത്ത് നന്നായി കവിത ചൊല്ലുന്ന രണ്ട് കുട്ടികളേയും കൂട്ടി ഏതെങ്കിലും ഒഴിഞ്ഞ ഒരു ക്ലാസ്സിൽ ചെന്നിരുന്ന് അവരെ കൊണ്ട് തന്റെ കവിത ചൊല്ലിക്കുന്നുണ്ടാകും. അതുമല്ലെങ്കിൽ അവരെകൊണ്ട് എഴുതിക്കുന്നുണ്ടാകും.

ഒരു ദിവസം വൈകുന്നേരം സ്കൂൾ വിട്ട് ഹെഡ്മാസ്റ്റർ കെ.ടി. കുഞ്ഞിക്കേളപ്പൻ നമ്പ്യാർ വീട്ടിലേക്ക് പോകുന്നതിന്ന് മുമ്പ് സ്കൂൾ കെട്ടിടത്തിന്റെ മൂന്നാം നിരയുടെ വരാന്തയിലൂടെ നടന്നു നോക്കുകയായിരുന്നു. അപ്പോഴാണ് ഒരു ക്ലാസ്സ് മുറിയിൽ കവിയേയും രണ്ടു കുട്ടികളേയും കാണുന്നത്. ഒരു കുട്ടി ഈണത്തിൽ കവിത നോക്കി ചൊല്ലുന്നു. കവി ഡസ്കിന്റെ മുകളിൽ തലചായ്ച്ച് ഉറങ്ങും പോലെ ഇരുന്നുകൊണ്ട് വരികളുടെ വൃത്തവും അർത്ഥവും താളവും ശ്രദ്ധിക്കുന്നു. ഹെഡ്മാസ്റ്ററെ കണ്ടതും കുട്ടികൾ ചാടി എഴുന്നേറ്റു. കവിമാഷ് തല ഉയർത്തി നോക്കി. ഹെഡ്മാസ്റ്റർ കവിയെ പുറത്തേക്ക് വിളിച്ചു. പതുക്കെ ചോദിച്ചു - 'മാഷെ, സമയമെത്രയായി?'

കവിക്ക് വാച്ചില്ല! അല്പം പരുങ്ങലോടെ ചുറ്റും നോക്കി. ഹെഡ്മാ

സ്റ്റർ തന്റെ വാച്ച് നോക്കി പറഞ്ഞു-

'സമയം അഞ്ചര കഴിഞ്ഞു. ഈ കുട്ടികൾക്ക് വീട്ടിൽ പോകണ്ടെ ?'

അപ്പോഴാണ് കവിക്ക് കാര്യത്തിന്റെ ഗൗരവം മനസ്സിലായത്. ഉടനെ കവി കുട്ടികളേയും കൂട്ടി ബസ് സ്റ്റോപ്പിലേക്ക് ഓടി. കുട്ടികൾ കൈകാണിച്ചാൽ ബസ്സ് നിർത്തണമെന്നില്ല. അതുകൊണ്ടാണ് മാഷ് തന്നെ കൂടെ പോയത്. അങ്ങനെ ബസ്സ് നിന്നു. മാഷ് രണ്ടുപേർക്കും ബസ് ചാർജ്ജ് കീശയിലിട്ടു കൊടുത്ത് കയറ്റി അയച്ചു. ബസ്സിലെ യാത്രക്കാർ മാഷിന്റെ ഈ വെപ്രാളം കണ്ട് ചിരിക്കുന്നുണ്ടായിരുന്നു!

സ്കൂളിന്റെ അടുത്ത് ഒരു കച്ചവട പീടികയുടെ മുകളിലുള്ള ഒരു മുറിയിൽ പി. കുറച്ചുകാലം താമസിച്ചിരുന്നു (ആ കെട്ടിടം ഇപ്പോഴുമുണ്ട്). കവി അതിനെ ലോഡ്ജ് എന്നാണ് വിളിക്കുക. പക്ഷേ, ഒരു ലോഡ്ജിന്റെ സൗകര്യങ്ങളൊന്നും അവിടെ ഉണ്ടായിരുന്നില്ല. കവി ഒഴിവു സമയങ്ങളിൽ അതിന്റെ പുറത്ത് വരാന്തയിലിരുന്ന് താഴെ റോഡിലൂടെ പോകുന്ന ആളുകളേയും വാഹനങ്ങളേയും വീക്ഷിക്കും. അക്കാലത്ത് വാഹനങ്ങൾ നന്നേ കുറവായിരുന്നു. വല്ലപ്പോഴും പോകുന്ന ബസ്സുകളും ലോറികളും മാത്രം. ചിലപ്പോൾ കാളവണ്ടിയുമുണ്ടാകും. ആഴ്ചയിലൊരു ദിവസം അറവുകാളകളെ കൂട്ടത്തോടെ തെളിച്ചു കൊണ്ടു പോകുന്ന ദയനീയമായ കാഴ്ചയുണ്ട്. കണ്ണൂർ - മൈസൂർ റോഡിൽ ഇരിട്ടിക്കപ്പുറത്ത് വള്ളിത്തോട് എന്ന സ്ഥലത്ത് എല്ലാ വെള്ളിയാഴ്ചകളിലും കാളച്ചന്ത നടത്താറുണ്ട്. അവിടെ നിന്ന് വാങ്ങിയ കാളകളെയാണ് ഇങ്ങനെ നാഴികകളോളം നടത്തിക്കൊണ്ടുപോകുന്നത്. ആ മിണ്ടാപ്രാണികളോടുള്ള കണ്ണു നനയ്ക്കുന്ന ക്രൂരത കണ്ട് കവി എഴുതിയ രണ്ടു കവി

തകളുണ്ട്. കാളകൾ; ഉഴവുകാളകൾ. ഇങ്ങനെ അറവുകാളകളെ തെളിച്ചുകൊണ്ടു പോകുന്ന ദയനീയമായ കാഴ്ചയുടെ നേർ ചിത്രങ്ങളാണ് ഈ കവിതകൾ!

നടന്ന് തളർന്ന് കാളകൾ മുന്നോട്ടുപോകാൻ കഴിയാതെ റോഡുവക്കിലുള്ള പുല്ല് പറിക്കുമ്പോൾ കാളക്കാരൻ തന്റെ കയ്യിലുള്ള നീണ്ട വടികൊണ്ട് ക്രൂരമായി അടിക്കും.

ഉഗ്രമായ ശകാരപ്രതാപവും
ഉജ്ജ്വലകോപവഹ്നിപ്രഹരവും
എണ്ണിയെണ്ണിസഹിച്ചുകൊണ്ടാചുടു-

നടന്നു നീങ്ങുന്ന ആ കാളകളുടെ വേദന കവി സ്വന്തം വേദനയാക്കി മാറ്റുകയാണ്.

ഈ വളർത്തുമൃഗ പീഡനത്തിനെതിരെ പൊതുസമൂഹം പ്രതികരിക്കാൻ തുടങ്ങിയപ്പോൾ കാളകളെ ലോറികളിൽ കയറ്റി കൊണ്ടു പോകാൻ തുടങ്ങി. നിന്നുതിരിയാൻ സ്ഥലമില്ലാതെ ഇങ്ങനെ വണ്ടിയിൽ കുത്തിനിറച്ച് കൊണ്ടു പോകുന്നതിന്നെതിരെയും ജനരോഷമുയർന്നു. തുടർന്ന് സർക്കാർ അത് നിരോധിക്കുകയും ചെയ്തു.

സായം സന്ധ്യയിൽ തന്റെ 'ലോഡ്ജ്' മുറിയുടെ മുന്നിൽ റോഡ് വക്കിലുള്ള അരയാലിലേക്ക് നോക്കിയിരിക്കുന്നതും പി. യുടെ ഒരു പതിവു ശീലമായിരുന്നു. ഇരുണ്ടു തുടങ്ങിയാൽ കാക്കകളുടെയും കിളികളു

ടെയും ആവാസ കേന്ദ്രമാണ് ആ അരയാൽ ചില്ലകൾ. കവിയുടെ ഭാവനയ്ക്കു പലപ്പോഴും നിറം പിടിപ്പിച്ച ഒരു കഥാപാത്രമാണ് ആ വടവൃക്ഷം. കവി 1959 ൽ എഴുതിയ 'അരയാൽ മുത്തശ്ശി' എന്ന കവിത ശ്രദ്ധേയമാണ്.

ഒരു ദിനമൊരുഞ്ഞൊടിപിരിഞ്ഞുപോംപലവഴി-
യ്ക്കൊരുമിച്ചുകളിക്കുമീയിലകളെല്ലാം
കളനാദം പൊഴിഞ്ഞൊരുകിളിചൊല്ലി സഖേ, നിന-
യ്ക്കിളകുവാൻ വയ്യ കാറ്റിൻതുണയില്ലെങ്കിൽ!

ഇതേ ആൽമരത്തെക്കുറിച്ച് കവി എഴുതിയ മറ്റൊരു കവിതയാണ് 'ആ പേരാൽമരം'

പച്ച, മഞ്ഞക്കുരുവിയുംകാക്കയും
പഞ്ചവർണക്കിളികളുമൊന്നായി
തൊട്ടിരുന്നതാകായ്ക്കനിയുണ്ണുന്നു
പച്ചിലപ്പുതുപന്തലിൻപന്തിയിൽ

വർണവലുപ്പചെറുപ്പഭേദമില്ലാതെ ഒരു പന്തലിൽ, ഒരേ പന്തിയിലിരുന്നു ഉണ്ണുന്ന കവി ഭാവനയ്ക്ക് അവ്യാഖ്യേയമായ അർത്ഥമുണ്ട്.

സന്ധ്യാസമയത്ത് ആലിലകളുടെ മർമരം കേൾക്കുമ്പോൾ അരയാൽ മുത്തശ്ശി രാമനാമം ജപിക്കുകയാണെന്ന് കവി മറ്റൊരിടത്ത് വിഭാവനം ചെയ്തിട്ടുണ്ട്. ഭാവനാസമ്പന്നനായ പി. യിൽ നിന്നു മാത്രമേ ഇത്തരം പട്ടുനൂൽ പ്രയോഗം പ്രതീക്ഷിക്കാൻ കഴിയൂ. ഇങ്ങനെ 'പണിമുണ്ടുടുത്ത പഞ്ചായത്ത് റോഡ്' പോലെ

'കണ്ണൂരിൽ വാലും മൈസൂർ
കാട്ടിൽ തൻതലയുമായ്
പുണ്ണുള്ള ചെമ്പൻമല-
മ്പാമ്പുപോൽ കിടക്കുന്ന'

ആ നീണ്ട നിരത്തിലൂടെ പോകുന്ന കാളകളും കാളവണ്ടികളും ആളും ആനയുമെല്ലാം കവിയുടെ ഭാവനയ്ക്ക് വിഷയമായിട്ടുണ്ട്. എന്നാലിന്നത് കണ്ണൂർ വിമാനത്താവളത്തിലേക്കുള്ള തിരക്കേറിയ 'എയർപോർട്ട്' റോഡായി മാറി..

'പുണ്ണുള്ളചെമ്പൻമലമ്പാമ്പ് ' മെക്കാടൻ ടാറിട്ട രാജവീഥിയായി രൂപാന്തരം പ്രാപിച്ചിരിക്കുന്നു!

കളിയച്ഛന്റെ വിത്ത്

ഹൈസ്കൂൾ മാനേജരുടെ ഔദ്യോഗിക ഭവനമായ താഴത്തുവീട്ടിലെ ഓഫീസ് മുറിയിൽ എപ്പോഴും കയറിപ്പോകാൻ സ്വാതന്ത്ര്യമുള്ള ഒരാളായിരുന്നു പി. കുഞ്ഞിരാമൻ നായർ. സ്കൂളിൽ അധ്യാപകനായി ചേർന്ന് ഏതാനും ദിവസങ്ങൾ കഴിഞ്ഞപ്പോൾ ഒരു ദിവസം കവി താഴത്തു വീട്ടിൽ പോയി. ആര് പോയാലും മുകളിലേക്കുള്ള വൃത്തക്കോവണി കയറാൻ കാര്യസ്ഥനായ കമ്മാരേട്ടന്റെ അനുവാദം വേണം. എന്നാൽ കവി ഒന്നും പറയാതെ, ചോദിക്കാതെ നേരെ കോവണി വാതിൽ കടക്കാൻ ശ്രമിക്കുകയായിരുന്നു. അപ്പോൾ കാര്യസ്ഥൻ തടഞ്ഞു-

എന്തു വേണം?

മാനേജറെ കാണണം-

ഞാൻ ചോദിച്ചു വരാം

വേണ്ട ഞാൻ ചോദിച്ചോളാം-

ഇത്രയും പറഞ്ഞ് കവി ശബ്ദമുണ്ടാക്കാതെ വൃത്തക്കോവണി കയറി മുകളിലേക്ക് പോയി. സാധാരണ ഗതിയിൽ മാനേജറെ കാണാൻ പോയവർ പറയേണ്ടതു പറഞ്ഞ്, കേൾക്കേണ്ടത് കേട്ട് ഉടനെ പുറത്തേക്ക് വരികയാണ് പതിവ്. പക്ഷേ, അന്ന് കവിയാകട്ടെ ഏകദേശം ഒരു മണിക്കൂർ കഴിഞ്ഞാണ് താഴെ ഇറങ്ങിയത്. സംസ്കൃത പണ്ഡിതനും കവിയുമായ കുഞ്ഞിക്കമ്മാരൻ നമ്പ്യാരുമായി സാഹിത്യ സംവാദം നടത്താനായിരിക്കാം ഇത്രയും സമയം ചെലവഴിച്ചത്. എന്നാൽ അതിനു ശേഷം കവി താഴത്തുവീട്ടിൽ പോയാൽ കാര്യസ്ഥൻ ഏറെ ഭവ്യതയോടെ വാതിൽ തുറന്ന് അകത്തേക്ക് ആനയിക്കുമായിരുന്നു. ചിലപ്പോൾ പി. തന്റെ പുതിയൊരു പുസ്തകം പ്രസിദ്ധീകരിക്കപ്പെട്ടാൽ അതിന്റെ ഒരു കോപ്പിയുമായിട്ടായിരിക്കും മാനേജറെ സമീപിക്കുന്നത്. അദ്ദേഹം അത് മനസ്സിരുത്തി വായിക്കുകയും കവി അടുത്തതവണ വരുമ്പോൾ തന്റെ അഭിപ്രായങ്ങൾ സത്യസന്ധമായി അറിയിക്കുകയും ചെയ്യും. തികഞ്ഞ സൗമ്യഭാവത്തോടെയാകും മാനേജരുടെ വിലപ്പെട്ട വിലയിരുത്തലുകൾ ശ്രവിക്കുന്നത്.

വിശേഷപ്പെട്ട ഏതെങ്കിലും പരിപാടിയിൽ പങ്കെടുക്കാൻ കവി പോകു

ന്നതിന്ന് മുമ്പ് മാനേജറെ കണ്ട് യാത്ര പറയുക എന്നത് കവിയുടെ ഒരു പതിവ് ശിലമായിരുന്നു. തനിക്ക് അധ്യാപകനാകാനുള്ള യോഗ്യത വാങ്ങിത്തരികയും തുടർന്ന് അധ്യാപക വൃത്തി വിളിച്ചു തരികയും ചെയ്ത മഹാനുഭാവനോട് മനസ്സാ അനുവാദം വാങ്ങുക കൂടിയാവാം ഈ യാത്രയുടെ ഉദ്ദേശ്യം.

1952 ഡിസംബർ മാസത്തിൽ ഒരു ദിവസം കവി മാനേജർ കുഞ്ഞിക്കമ്മാരൻ നമ്പ്യാരെ സന്ദർശിച്ചു. സംസാരത്തിന്നിടയിൽ അടുത്ത ആഴ്ച ഒറ്റപ്പാലത്ത് നടക്കുന്ന സാഹിത്യപരിഷത്ത് സമ്മേളനത്തെ കുറിച്ച് സൂചിപ്പിച്ചു. കവി വളരെ ആവേശത്തിലായിരുന്നു. സമ്മേളനത്തിൽ ഡോ. എസ് രാധാകൃഷ്ണൻ, മഹാകവി വള്ളത്തോൾ, ജി. ശങ്കരക്കുറുപ്പ് തുടങ്ങിയവർ പങ്കെടുക്കുന്നു. സാഹിത്യ സമ്മേളനത്തിന്റെ ഭാഗമായി കവി സമ്മേളനവുമുണ്ട്. അതിൽ അവതരിപ്പിക്കാൻ പോകുന്ന കവിതയുമായാണ് കവി വന്നതെന്ന് മാനേജർ ന്യായമായും ഊഹിച്ചു. അതുകൊണ്ടുതന്നെ അദ്ദേഹം ചോദിച്ചു.-

- കവി സമ്മേളനത്തിൽ വായിക്കുന്ന കവിത?

- ഒരു രൂപവുമില്ല. എഴുതണം.

- രണ്ടു ദിവസം കഴിഞ്ഞ് നടക്കുന്ന മഹാസമ്മേളനത്തിൽ അവതരിപ്പിക്കാനുള്ള കവിത ഇനിയും എഴുതിയിട്ടില്ല...?

ഇല്ല. ഒരു കുറ്റബോധത്തോടെ കവി പറഞ്ഞു. കവിതയുടെ വിത്ത് ഇനിയും കിട്ടിയില്ല.

സത്യത്തിൽ മാനേജർക്ക് അത് വിശ്വസിക്കാൻ കഴിഞ്ഞില്ല. ഭാവനയുടെ മഹാപ്രപഞ്ചത്തിൽ വിഹരിക്കുന്ന കവിക്ക് വിഷയ ദാരിദ്ര്യമോ?- രണ്ടു ദിവസം കഴിഞ്ഞാൽ കല്യാണം - ഇനിയും വധുവിനെ കണ്ടെത്തിയില്ല!

കുഞ്ഞിക്കമ്മാരൻ നമ്പ്യാർ

കവിഭാവനയുള്ള കുഞ്ഞിക്കമ്മാരൻ നമ്പ്യാരുടെ ആ പ്രയോഗം പി.യുടെ ഉള്ളിൽ തട്ടി-അതെ അതുതന്നെയാണ് തന്റെ ശൈലി. കറ്റതലയിൽ വെച്ച് കളമൊരുക്കുക!

താങ്കൾ കുറേ കാലം കഥകളിയും കൊണ്ട് നടന്നതല്ലേ? ആ കാലഘട്ടത്തിലേക്ക് ഒന്ന് തിരിഞ്ഞു നോക്കൂ-ഒരു വേള വിത്ത് വീണുകിട്ടിയെന്നു വരും.

കവി പെട്ടെന്ന് ചിന്താധീനനായി. അദ്ദേഹം എഴുന്നേറ്റു - ശരി, ഞാൻ പോകുന്നു,

വൈകുന്നേരത്തെ വണ്ടിക്ക് പോകണം.

ശബ്ദമുണ്ടാക്കാതെയാണ് കവി കോവണി ഇറങ്ങിയതെങ്കിലും ഓരോ പടവ് ഇറങ്ങുമ്പോഴും നേരിയ ശബ്ദം മാനേജർ കേട്ടു.

കവി കണ്ണൂരിൽ നിന്ന് വണ്ടി കയറി.

വണ്ടിയിൽ വെച്ച് ഒരു ഉഴുന്നുവടയും കാപ്പിയും കഴിച്ചത് ഓർമ്മയുണ്ട്. - പിന്നെയങ്ങോട്ട് മനസ്സ് നിറയെ ഒറ്റപ്പാലം സമസ്ത കേരള സാഹിത്യ സമ്മേളനവും കവി സദസ്സുമായിരുന്നു.- ഒപ്പം തന്റെ എഴുതാനിരിക്കുന്ന കവിതയും.

ഒറ്റപ്പാലം ഇറങ്ങുന്നതിന്നു പകരം രണ്ട് സ്റ്റേഷൻ അപ്പുറമുള്ള ലക്കിടിയിലാണ് ഇറങ്ങിയത്.

ലക്കിടിയിൽ ഒരു മുറി എടുത്തു. എന്തെഴുതണം, എങ്ങനെ തുടങ്ങണം...

ഒരു രൂപവുമില്ല. ഭാവനയുടെ ആറാം തമ്പുരാന്റെ മനസ്സ് അലഞ്ഞു തിരിയുന്നു!

എങ്കിലും എഴുതിയേ പറ്റൂ, എഴുതാതിരിക്കാൻ വയ്യ!- പെട്ടെന്നാണ് സ്കൂൾ മാനേജർ, വല്ല്യേജമാനൻ പറഞ്ഞത് ഒരു വെളിപാട് പോലെ ഓർമ്മയിലുദിച്ചത്-

"താങ്കൾ കുറേക്കാലം കഥകളിയും കൊണ്ട് നടന്നതല്ലേ? ആ കാലഘട്ടത്തിലേക്ക് ഒന്ന് തിരിഞ്ഞു നോക്കൂ-"

തിരിഞ്ഞു നോക്കി. ഓർമ്മയുടെ ഏടുകളിൽ തിരഞ്ഞു നോക്കി. ആശാനും ശിഷ്യനും തെളിഞ്ഞു വന്നു. കത്തിയും താടിയും നിറഞ്ഞു നിന്നു. മെഴുതുതിരിയുടെ വെളിച്ചത്തിൽ അക്ഷരങ്ങൽ വാക്കുകളായും വാക്കുകൾ വരികളായും അവതാരമെടുത്തു.

മൗനശില്പം കളിക്കോപ്പു പുതുക്കുകെ-
ന്നാനന്ദഹേമന്തസന്ധ്യകൾ ചൊൽകിലും
വിണ്ടലമേറിയ താരകൾ- നിൻകളി-
വീണ്ടുമരങ്ങേറുകെ,ന്നറിയിക്കിലും...

അങ്ങനെ ഒരേയെഴുത്ത്! അനർഘ നിർഗ്ഗളമായ എഴുത്ത്. വരികൾ മാറ്റേണ്ടി വന്നില്ല. കടലാസുകൾ കീറിയെറിയേണ്ടി വന്നില്ല.

ദേവൻ ദിനേശൻ തൊടുമ്പോൾ തമിസ്രമാം
രാവുവെളിച്ചം വിതറും പ്രഭാതമാം.

എന്ന അവസാനത്തെ ഈരടിയും എഴുതി 'കളിയച്ഛൻ' എന്ന് തലക്കെട്ടും കുറിച്ച് വെക്കുമ്പോഴേക്ക് നാലഞ്ച് മെഴുകുതിരികൾ ആത്മാഹുതി ചെയ്തു കഴിഞ്ഞിരുന്നു.

രാവിലെ കുളിച്ച് കുറി തൊട്ട് കളിയച്ഛനെ കീശയിലാക്കി കവിസമ്മേളനത്തിൽ പങ്കെടുക്കാൻ പി. ഒറ്റപ്പാലത്തേക്ക് പുറപ്പെട്ടു.

നിറഞ്ഞ സദസ്സ്. തന്റെ കവിയച്ഛനായ മഹാകവി വള്ളത്തോൾ വേദിയിലിരിക്കുന്നു. പി. മഹാകവിയുടെ മുമ്പിൽ സാഷ്ടാംഗം പ്രണമിച്ചു. സദസ്സിൽ കൈയ്യടിയുടെ മാലപ്പടക്കം! അങ്ങനെ കവിത വായിക്കും മുമ്പ് തന്നെ പി. ക്ക് നല്ല കയ്യടി കിട്ടി. മലയാളത്തിന്റെ ജി. ആയ സാക്ഷാൽ ജി. ശങ്കരക്കുറുപ്പ് അധ്യക്ഷൻ. കവിത വായിക്കാൻ ജി, പേരു വിളിച്ചു- പി. കുഞ്ഞിരാമൻ നായർ .

കവി വിനയാന്വിതനായി വേദിയേയും സദസ്സിനേയും വണങ്ങി. കവിതയുടെ പേര് പറഞ്ഞു - കളിയച്ഛൻ!- നീണ്ട കരഘോഷം കവിത ചൊല്ലാൻ തുടങ്ങി. തുടക്കം തന്നെ ഉച്ചസ്ഥായിലായിരുന്നു. ഒരു ഗാനഗന്ധർവ്വനെപോലെ കവി നിറഞ്ഞാടി. വായനയ്ക്കിടയിൽ കത്തിയും താടിയും ഉറഞ്ഞു തുള്ളി. വരികൾക്കിടയിലും ഇടയ്ക്കിടെയുള്ള വ്യാഖ്യാനങ്ങളിലും നവരസഭാവങ്ങളുടെ വർണഘോഷയാത്ര നടന്നു.

കവിയുടെ ആവേശവും സദസ്സിന്റെ ആരവവും കണ്ട് ശ്രവണശക്തി അശേഷമില്ലാത്ത മഹാകവി വള്ളത്തോൾ കൃഷ്ണവാര്യരോട് കാര്യം തിരക്കി. അദ്ദേഹം മഹാകവിയുടെ ഉള്ളം കൈയിൽ തന്റെ വിരലുകൾ കൊണ്ട് സംഭവത്തിന്റെ സംഗ്രഹം കുറിച്ചു കൊടുത്തു. മഹാകവി ഊറിച്ചിരിച്ചു. ആലാപനത്തിന്റെ ശ്രവണഭംഗിയും അതിലേറെ ആംഗ്യാഭിനയത്തോടെയുള്ള ശരീര ഭാഷയും എല്ലാമായപ്പോൾ സദസ്സിന് ഹരം പിടിച്ചു. അവസാനത്തെ ഈരടി ഒന്നുകൂടി ആവർത്തിച്ചു വായിച്ചവസാനിപ്പിച്ചപ്പോൾ ഒരു കളിയാട്ടം കഴിഞ്ഞ പ്രതീതിയായിരുന്നു.

വേദിയിലുണ്ടായിരുന്ന എൻ.വി. കൃഷ്ണവാര്യർ കയ്യോടെ കളിയച്ഛനെ കൈയിലാക്കി. അടുത്തലക്കം മാതൃഭൂമി ആഴ്ചപ്പതിപ്പിൽ അത് പ്രസിദ്ധീകരിക്കുകയും ചെയ്തു. തുടർന്ന് കവിക്ക് മറ്റൊരു പേരു കൂടി ലഭിച്ചു - കവിയച്ഛൻ! 1954 ൽ കളിയച്ഛൻ പുസ്തകമായി പ്രസിദ്ധീകരിക്കപ്പെട്ടു. 1959 ൽ കേരള സാഹിത്യ അക്കാദമിയുടെ അവാർഡിന് അർഹമായി. തുടർന്ന് പ്രീഡിഗ്രിയുടെ പാഠപുസ്തകവുമായി!

ഒറ്റപ്പാലം സമ്മേളനം കഴിഞ്ഞ് കവി സ്കൂളിൽ തിരിച്ചെത്തി. ഒറ്റപ്പാലത്തെ പ്രകടനങ്ങൾ പത്രത്തിലൂടെ വായിച്ചറിഞ്ഞ മാനേജർ കവിയെ ഹൃദയപൂർവ്വം അഭിനന്ദിച്ചു.

1952 ഡിസം.24 കുഞ്ഞിക്കമ്മാരൻ നമ്പ്യാരുടെ 65-ാം ജന്മദിനമായിരുന്നു അന്ന്. ഗുരുവായൂരിലായിരുന്ന പി. ഒരു പിറന്നാളാശംസാ സന്ദേശം കവിതയിലെഴുതി മംഗളപത്ര മാതൃകയിൽ അച്ചടിച്ച് തപാലിൽ അ

യച്ചു. അത് ലഭിച്ചപ്പോൾ മാനേജർ അത്ഭുതപരതന്ത്രനായി. കാരണം സ്വന്തം ജന്മദിനം പോലും ഓർക്കാത്ത ആൾ എങ്ങനെ തന്റെ പിറന്നാൾ ദിവസം ഇത്ര കൃത്യമായി ഓർത്തു വെച്ചു.

കവി തന്റെ ജീവിതത്തെ പച്ച പിടിപ്പിച്ച വല്യ നമ്പ്യാർക്കുവേണ്ടി ഗുരുവായൂരിൽ പോയി പ്രാർത്ഥിക്കുകയും വഴിപാട് നടത്തുകയും അവിടെ വെച്ചു തന്നെ-

"അറ്റമറ്റപൊരുളേല്ക്കിലും ക്രമം
തെറ്റിടാത്തൊരുമഹാസമുദ്രമായ്

പറ്റിയോരുപുളകിൻനിലാവിനാൽ
പൊട്ടുകുത്തിയസുധാംശുബിംബമായ്

താപമറ്റൊരുനീർത്തടാകമായ്
വേപമറ്റപുരുനീലശൈലമായ്

ഭക്തിശക്തിവരനൃത്തചാരുതാ
നിത്യതയ്ക്കുനിധിയായ്പ്രഭൂത്തമൻ

വെൽകവെൽക നവഭാഗ്യകോരകം
വെൽകവെൽക തവജന്മതാരകം...

ഗുരുവായൂർ
24-12-52

ആശംസ എഴുതി അയക്കുകയും ചെയ്തുകൊണ്ട് കൃത കൃത്യനാകുകയായിരുന്നു.

1955 ഡിസംബർ 16 നാണ് കുഞ്ഞിക്കമ്മാരൻ നമ്പ്യാർ അന്തരിച്ചത്. പി. യുടെ ജീവിതത്തിലെ സന്നിഗ്ധ ഘട്ടത്തിൽ ഒരു വഴിവിളക്കായി വർത്തിച്ച കുഞ്ഞിക്കമ്മാരൻ നമ്പ്യാരുടെ ഭൗതിക ശരീരം തറവാട്ട് ശ്മശാനത്തിൽ കത്തിയെരിയുമ്പോൾ കവി, ഏകനായ് മൂകനായ് വാകുലചിത്തനായി അല്പം അകലെ മാറി നില്ക്കുകയായിരുന്നുവത്രെ!

കവി ഋഷിയാണ്

മഹാകവി പി. പൊതുവേദികളിൽ സംസാരിക്കുമ്പോൾ പതിവായി ഉപയോഗിക്കാറുള്ള ഒരു പ്രയോഗമുണ്ട് - കവി ഋഷിയാണ്! വാല്മീകി, വ്യാസൻ, കാളിദാസൻ, രവീന്ദ്രനാഥ ടാഗോർ എന്നിവരെ തന്റെ പ്രസ്താവനയ്ക്ക് പ്രമാണമായി ഉദാഹരിക്കുകയും ചെയ്യും. ഋഷി എന്നതിന് "സത്യം വചസ:" - സത്യം പറയുന്നവൻ എന്നാണ് അർത്ഥം.

ഒരു ദിവസം സ്കൂളിൽ വെച്ച് സഹ പ്രവർത്തകനായ ക്രാഫ്റ്റിന്റെ ബാലകൃഷ്ണൻ മാസ്റ്റർ കവിയോട് അല്പം കളിയായും എന്നാൽ കാര്യമായും ചോദിച്ചു -

"മാഷേ, ഈ വാദമൊക്കെ ഒരു തരം ആത്മപ്രശംസയല്ലേ? ഒരർത്ഥത്തിൽ സ്വയം പൊക്കലല്ലേ? ഒരു കവിയായ താങ്കൾ ഇങ്ങനെ പറയുമ്പോൾ സ്വയം ഋഷിയാകാൻ ശ്രമിക്കുകയല്ലേ?

കവി മാഷിന്റെ ഉത്തരം പെട്ടെന്നായിരുന്നു - "അതിന്, ഞാൻ കവിയാണെന്ന് ആര് പറഞ്ഞു? ഞാൻ പറഞ്ഞോ? കവിത എഴുതുന്ന ആളാണ് കവി"?

അപ്പോൾ താങ്കൾ എഴുതുന്നത്....?

ഞാൻ എഴുതുന്നത് കവിതയാണെന്ന് ഞാൻ ഒരിക്കലും പറഞ്ഞിട്ടില്ല. ചിലർ അതിൽ കവിത കണ്ടിട്ടുണ്ടാവാം. അതുകൊണ്ടാകാം അവയിൽ ചിലത് സ്കൂൾ-കോളേജ് പാഠപുസ്തകങ്ങളിൽ ഉൾപ്പെടുത്തിയത്. അവാർഡ് തന്നത്. ഞാൻ അവാർഡ് ചോദിച്ച് വാങ്ങിയിട്ടില്ലല്ലോ, ഉണ്ടോ? - ഒന്ന് ചോദിക്കട്ടെ, താങ്കൾ എന്റെ ഏതെങ്കിലും ഒരു കവിത വായിച്ചിട്ടുണ്ടോ? ക്രാഫ്റ്റ് മാഷിന് ഉത്തരം മുട്ടി. താൻ ചോദിച്ചു പോയല്ലോ എന്നായി. അദ്ദേഹം പിൻവാങ്ങാൻ ശ്രമിച്ചു. പക്ഷേ കവി വിട്ടില്ല -

"മാഷേ എഴുതുന്നതെല്ലാം കവിതയല്ല, എഴുതിപ്പോകുന്നതാണ് കവിത. അങ്ങനെയുള്ള കവിതകളുടെ കർത്താവാണ് കവി! പിന്നെ മാഷ് പറഞ്ഞില്ലേ, സ്വയം പൊക്കൽ. ആരെങ്കിലും പൊക്കിയാൽ പൊങ്ങുന്ന ആളല്ല കവി. കവിയെ അല്ല, കവിതയെ ആണ് പൊക്കേണ്ടത്.

ക്രാഫ്റ്റ് മാഷ് തന്ത്രപൂർവ്വം പിൻവാങ്ങി. അങ്ങനെ ആ സംവാദം

അവസാനിച്ചു. പക്ഷെ, കവി പലപ്പോഴും ഈ പ്രസ്താവന ആവർത്തിക്കാറുണ്ട് - "എഴുതുന്നതല്ല, എഴുതിപ്പോകുന്നതാണ് കവിത".

പി. കൂടാളിയിലെ ലോഡ്ജിൽ താമസിക്കുന്ന കാലത്ത് അതിന്റെ തൊട്ട മുറിയിൽ ഏതാനും മാസം ഹിന്ദി മാഷ് എം.കെ. രാമകൃഷ്ണനും താമസിച്ചിരുന്നു. അദ്ദേഹം ഒരു സഹപ്രവർത്തകൻ മാത്രമായിരുന്നില്ല. പി.. യുടെ നല്ലൊരു ആരാധകൻ കൂടിയായിരുന്നു. മാഷ് തന്റെ കവിയോർമ്മയിൽ രേഖപ്പെടുത്തിയിട്ടുണ്ട് - "ചില ദിവസങ്ങളിൽ കവിയുടെ മുറിയിൽ നിന്ന് മുക്കലും മൂളലും ഞെരക്കവും കേൾക്കാറുണ്ട്.കവിയുടെ ഭാഷയിൽ കവിതയ്ക്ക് വേണ്ടിയുള്ള പ്രസവ വേദന അനുഭവിക്കുകയാവാം."

എം.കെ. രാമകൃഷ്ണൻ

ലീവപേക്ഷ പോലും കൊടുക്കാതെയായിരിക്കും കവി ഇങ്ങനെ വാതിലടച്ച് തപസ്സിരിക്കുന്നത്. ആ സമയത്ത് ആര് ചെന്ന് വിളിച്ചാലും വാതിൽ തുറക്കുകയില്ല. തുറന്നാൽ തന്നെ വിളിച്ച ആളോട് പരുഷമായി പെരുമാറും. വന്ന ആളെ വളരെ വേഗത്തിൽ തിരിച്ചയക്കും. ഒരു ദിവസം അപ്രതീക്ഷിതമായി ഡി.ഇ.ഒ സ്കൂളിൽ വന്നു. കവി മാഷെകുറിച്ച് അന്വേഷിച്ചു. അദ്ദേഹം ലീവായിരുന്നു. എന്നാലും മാഷ് മുറിയിലുണ്ടോ എന്ന് അന്വേഷിക്കാൻ ഹെഡ്മാസ്റ്റർ ശിപായിയോട് പറഞ്ഞു. പ്യൂൺ പോയി നോക്കിയപ്പോൾ കവി അകത്തുണ്ട്. ചെരുപ്പ് പുറത്തുണ്ട്. വാതിൽ മുട്ടി. തുറന്നില്ല. വീണ്ടും മുട്ടി. ഫലമില്ല. പ്യൂൺ തിരിച്ചു വന്നു. കവി മുറിയിലില്ലെന്ന് പറഞ്ഞു. അടുത്ത ദിവസം രാവിലെ ഒപ്പിടാൻ കവി ഓഫീസിൽ വന്നപ്പോൾ ഹെഡ്മാസ്റ്റർ പറഞ്ഞു-

"ഇന്നലെ ഡി.ഇ.ഒ വന്നിരുന്നു. മാഷെ കാണണമെന്ന് പറഞ്ഞു. വിളിക്കാൻ പ്യൂണിനെ അയച്ചിരുന്നു. മുറിയിൽ ഇല്ലെന്നു പറഞ്ഞു. എവിടെ പോയിരുന്നു?"

"അയ്യോ, ഞാൻ മുറിയിൽ തന്നെ ഉണ്ടായിരുന്നു. ആരോ വന്ന് വാതിൽ മുട്ടുന്നത് കേട്ടു. തുറക്കാൻ വൈകി. തുറന്നപ്പോഴേക്കും ആളില്ല....."

ഹെഡ്മാസ്റ്റർ പ്യൂണിനെ വിളിച്ച് വിചാരണ ചെയ്തു -

"താൻ ഇന്നലെ കവി മുറിയിൽ ഇല്ലെന്നല്ലേ പറഞ്ഞത്.....?"

"സർ മുറിയിലുണ്ട്. വിളിച്ചിട്ട് തുറക്കുന്നില്ലെന്ന് ഡി.ഇ.ഒ യുടെ മു

ന്നിൽ വെച്ച് എങ്ങനെ പറയും?" - കുറ്റബോധത്തോടെ അയാൾ തല ചൊറിഞ്ഞു. കവി പെട്ടെന്ന് ഓഫീസിൽ നിന്ന് രക്ഷപ്പെട്ടു!.

മാസങ്ങൾ കഴിഞ്ഞപ്പോൾ വാർഷിക പരിശോധനയ്ക്ക് ഡി.ഇ.ഒ വരുന്നുവെന്ന് അറിയിപ്പ് ലഭിച്ചു. ഉടനെ വിവരം ഹെഡ്മാസ്റ്റർ അധ്യാപകരെ അറിയിച്ചു. എല്ലാവരും പെട്ടെന്ന് സജീവമായി. ടീച്ചിംഗ് നോട്ട്, പഠനോപകരണങ്ങൾ തുടങ്ങിയവ തയ്യാറാക്കുന്നു. കുട്ടികളുടെ രചനാപുസ്തകങ്ങൾ പരിശോധിക്കുന്നു. ക്ലാസ്സും പരിസരവും വൃത്തിയാക്കുന്നു. അങ്ങനെ എല്ലാം തകൃതിയായി നടക്കുന്നു.

കവി മാഷിനുമാത്രം ഒരനക്കവുമില്ല! അങ്ങനെയൊരു സംഭവം നടക്കാൻ പോകുന്നതിന്റെ വേജാറും വെപ്രാളവുമില്ല. ടീച്ചിംഗ് നോട്ട് എന്നൊരു സാധനം കവിക്കില്ല. ഡി.ഇ.ഒ വന്നാൽ കവി മാഷിന്റെ ക്ലാസ്സിൽ നടക്കാൻ പോകുന്ന പൂരത്തെക്കുറിച്ച് ചിലർ അടക്കം പറഞ്ഞു ചിരിച്ചു!

നിശ്ചിത ദിവസം ഡി.ഇ.ഒ കൃത്യസമയത്തു തന്നെ വന്നു. കൂടെയുള്ള ക്ലർക്ക് ഓഫീസ് രജിസ്റ്ററുകൾ പരിശോധിച്ചു. ഡി.ഇ.ഒ ക്ലാസ്സ് പരിശോധന ആരംഭിച്ചു. ഹെഡ്മാസ്റ്റർ അനുയാത്ര ചെയ്തു. അക്കാലത്ത് യു.പി. വിഭാഗം ഉൾപ്പെടെ ആകെ 24 ഡിവിഷനുകളേ സ്കൂളിൽ ഉണ്ടായിരുന്നുള്ളൂ. ഉച്ചയോടെ പരിശോധന പൂർത്തിയാക്കാനുള്ള ധൃതിയോടെയാണ് ഡി.ഇ.ഒ ക്ലാസ്സുകളിൽ കയറി ഇറങ്ങിയത്. പെട്ടെന്ന് അദ്ദേഹം പി.യുടെ ക്ലാസ്സിലെത്തി. ഡി.ഇ.ഒ ക്ലാസ്സിൽ പ്രവേശിച്ചതും പൊടുന്നനെ അദ്ദേഹം കവിയെ കെട്ടിപ്പിടിച്ചു. ഡി.ഇ.ഒ വരുന്നതറിഞ്ഞ് കുട്ടികൾ ശ്വാസമടക്കിപിടിച്ച് ഇരിക്കുകയായിരുന്നു. അപ്പോഴാണ് ക്ലാസ്സിലെ ഈ നാടകം! കുട്ടികൾ അറിയാതെ കൈ അടിച്ചുപോയി. പുറത്തു നിന്ന് ഈ രംഗം കണ്ട ഹെഡ്മാസ്റ്റർ ഊറിച്ചിരിച്ചു.

ഡി.ഇ.ഒ കവിയോട് പറഞ്ഞു - സർ ഞാൻ അങ്ങയുടെ കവിതകൾ കോളേജിൽ പഠിച്ചിട്ടുണ്ട്. ഇപ്പോഴാണ് നേരിൽ കാണാൻ കഴിഞ്ഞത്. മാസങ്ങൾക്ക് മുമ്പ് ഇവിടെ വന്നപ്പോൾ ഞാൻ അന്വേഷിച്ചിരുന്നു. കവി എല്ലാം കേട്ട് ചിരിച്ചു. ഡി.ഇ.ഒ ഒരു കുട്ടിയുടെ മലയാളം ടെക്സ്റ്റ്ബുക്ക് വാങ്ങി മറിച്ചു നോക്കി. അതിൽ പി. യുടെ ഒരു കവിത ഉണ്ടായിരുന്നു. (ബാലരാമായണത്തിലെ വരികൾ) ഒരു കുട്ടിയോട് അത് ചൊല്ലാൻ പറഞ്ഞു. അവൻ അത് ഭംഗിയായി ചൊല്ലി. ഡി.ഇ.ഒ പറഞ്ഞു-

"ഈ വരികൾ എഴുതിയ കവി തന്നെ നിങ്ങളുടെ മലയാളം അധ്യാപകനാകുക - നിങ്ങൾ ഭാഗ്യവാന്മാരാണ്. കുട്ടികൾ വീണ്ടും കയ്യടിച്ചു!

ഡി.ഇ.ഒ വല്ലാത്തൊരു നിർവൃതിയോടെ യാത്ര പറഞ്ഞ് പുറത്തിറങ്ങി. അടുത്ത ക്ലാസ്സ് വരെ കവിയും അനുയാത്ര ചെയ്തു. തിരിച്ചു വന്നതിന് ശേഷം കവിത ചൊല്ലിയ കുട്ടിയുടെ അടുത്തു ചെന്ന് അവന്റെ കൈപിടിച്ച് തന്റെ തലയിൽ വെച്ച് മന്ത്രിച്ചു - "അനുഗ്രഹിക്കെടാ, അനുഗ്രഹിക്ക്"! ക്ലാസ്സിൽ കൂട്ടച്ചിരി!-

കവിസമ്മേളനം-ഡൽഹിയിൽ

മഹാകവി പി. നിരവധി കവി സമ്മേളനങ്ങളിൽ പങ്കെടുത്തിട്ടുണ്ട്. അവയിൽ പലതും അദ്ദേഹം തന്നെയാണ് ഉദ്ഘാടനം ചെയ്തത്. എന്നാൽ 1956 ലെ റിപ്പബ്ലിക്ക് ദിനത്തിൽ ഡൽഹി ആകാശവാണി നിലയത്തിൽ വെച്ച് നടത്തിയ 'മുശായര' യിൽ പങ്കെടുത്ത അനുഭവം അപൂർവങ്ങളിൽ അപൂർവമായിരുന്നു.

കവിക്ക് ഒരു ദിവസം തപാലിൽ ഒരു കത്ത് കിട്ടുന്നു. കൂടാളി പോസ്റ്റ് ഓഫീസിൽ നിന്ന് കിട്ടിയ കത്ത് പോളിച്ച് വായിക്കാൻ ശ്രമിച്ചപ്പോൾ ഭാഷ ഇംഗ്ലീഷ്! ആംഗ്ലേയ അന്യമായ കവി കത്തുമായി നേരെ ചെന്നത് ഹെഡ്മാസ്റ്ററായ കെ.ടി. മാധവൻ മാസ്റ്ററുടെ അടുത്തേക്ക്. കത്ത് വായിച്ച ഹെഡ്മാസ്റ്റർ ആദ്യം ചെയ്തത് കവിയെ അഭിനന്ദിക്കുകയാണ്, പിന്നെയാണ് കാര്യം പറഞ്ഞത് - റിപ്പബ്ലിക്ക് ദിനാഘോഷത്തോടനുബന്ധിച്ച് ഡൽഹിയിൽ നടക്കുന്ന ദേശീയ കവി സമ്മേളനത്തിൽ പങ്കെടുക്കാനുള്ള ക്ഷണക്കത്താണ്. മറ്റ് കവി സമ്മേളനങ്ങളിലെന്നപോലെ ഒരു കവിതയുമായി നേരെ ചെന്ന് കവിത വായിച്ച് അവതരിപ്പിച്ചാൽ പോര. അതിനുമുമ്പ് ചില കടമ്പകൾ കടക്കാനുണ്ട്. അതെല്ലാം വിസ്തരിച്ച് ഹെഡ്മാസ്റ്റർ പറഞ്ഞുകൊടുത്തു. കവിക്കുണ്ടായ സന്തോഷത്തിന് അതിരില്ല. പക്ഷേ, ആശങ്കകളും ഏറെയുണ്ട്. ഭാഷാ പ്രശ്നമാണ് പ്രധാനം. ഡൽഹി എന്നു കേട്ടതല്ലാതെ ഇതുവരെ പോയിട്ടില്ല. ഇംഗ്ലീഷോ ഹിന്ദിയോ അറിയാത്ത താൻ എങ്ങനെ ഡൽഹി യാത്ര ചെയ്യും? അതായിരുന്നു ആശങ്കയുടെ അടിസ്ഥാനം. എങ്കിലും എവിടെയും എപ്പോഴും ഒപ്പമുള്ള ആത്മധൈര്യം, അത് തുണയാകുമെന്ന് വിശ്വാസമുണ്ട്.

കവി ആവശ്യപ്പെടും മുമ്പുതന്നെ ഹെഡ്മാസ്റ്റർ ഇതുകൂടി പറഞ്ഞു. വേണമെങ്കിൽ ഒരു മാസത്തെ ലീവെടുത്തോളൂ. ആദ്യമായി ഡൽഹിയിൽ പോകുന്നതല്ലേ. എല്ലാം കണ്ടു വേണം തിരിച്ചുവരാൻ.

ഈ സന്തോഷവാർത്ത കവി രണ്ടാമതായി അറിയിച്ചത് സീനിയർ അധ്യാപകനായ കെ.ടി കുഞ്ഞികേളപ്പൻ നമ്പ്യാരെയാണ്. അദ്ദേഹവും ഹൃദയപൂർവ്വം അഭിനന്ദിച്ചു. കത്ത് വായിച്ച് അതിലെ നിബന്ധനങ്ങൾ കവിയെ അറിയിച്ചു. മുൻപ് എവിടെയെങ്കിലും വായിക്കുകയോ പ്രസി

ഢീകരിക്കുകയോ ചെയ്യാത്ത കവിതയായിരിക്കണം അവതരിപ്പിക്കുന്നത്. ദേശീയപരിവേഷമുള്ള വിഷയമായിരിക്കണം. എല്ലാറ്റിനുമുപരി മുൻകൂട്ടി കോഴിക്കോട് ആകാശവാണി നിലയത്തിൽ (അക്കാലത്ത് കണ്ണൂർ നിലയം ഉണ്ടായിരുന്നില്ല) പോയി കവിത വായിച്ച് റിക്കാർഡ് ചെയ്യണം. അവർ അത് ഡൽഹിയിലേക്ക് അയക്കും. ഇന്ത്യയിലെ ഓരോ സംസ്ഥാനത്തുനിന്നും ഓരോ കവി പങ്കെടുക്കും. അവർ റിക്കാർഡ് ചെയ്ത് അയക്കുന്ന കവിതകൾ വിവിധ ഭാഷകളിൽ പരിഭാഷപ്പെടുത്തിവെക്കും. അങ്ങനെ അന്ന് അവതരിപ്പിക്കപ്പെടുന്ന കവിതകൾ അതത് സംസ്ഥാനങ്ങളിലെ പ്രാദേശിക ഭാഷയിൽ ആകാശവാണി സംപ്രേഷണം ചെയ്യും. കേളപ്പൻ മാസ്റ്റർ കത്തിലെ ഉള്ളടക്കം വള്ളിപുള്ളി തെറ്റാതെ വിവരിച്ചു കൊടുത്തു. കവി അതെല്ലാം പഠിച്ചു വെച്ചു.

കവിമാഷ് ടീച്ചേർസ് റൂമിൽ എത്തുമ്പോഴേക്കും വാർത്ത അധ്യാപകരെല്ലാം അറിഞ്ഞിരുന്നു. അവർ അഭിനന്ദനത്തിന്റെ പൂച്ചെണ്ടുകൾ നല്കി. അത്യാവശ്യമായി ആദ്യം ചെയ്യേണ്ടുന്ന കാര്യങ്ങൾ ഓർമിപ്പിച്ചു. ടിക്കറ്റ് റിസർവ്വ് ചെയ്യണം. ആവശ്യമുള്ള ഡ്രസ്സും ബേഗും സംഘടിപ്പിക്കണം. എല്ലാ നിർദ്ദേശങ്ങളും നന്ദിപൂർവ്വം സ്വീകരിച്ചു. പക്ഷേ, പറ്റിയ ഒരു കവിത എഴുതുകയാണ് ആദ്യം വേണ്ടതെന്ന കാര്യം കവിക്കേ അറിയൂ. അങ്ങനെയൊരു വിഷയത്തിനുവേണ്ടി മനസ്സിൽ പരതുകയായിരുന്നു. പി. തല്ക്കാലം ഒരാഴ്ചത്തെ ലീവെടുത്തു. പുതിയൊരു കവിത എഴുതണം. അത് കോഴിക്കോട് ആകാശവാണിയിൽ പോയി റിക്കാർഡ് ചെയ്യണം കവി തന്നെ പറയാറുണ്ട് – വേണമെങ്കിൽ എപ്പോഴും പാൽ ചുരത്തുന്ന പശുവാണ് താനെന്ന്. അങ്ങനെ ഒറ്റരാത്രി കൊണ്ട് കവിത എഴുതി – “അമ്മ” അടുത്ത ദിവസം അത് മിനുക്കിയെടുത്തു.

‘അമ്മ’ യേയും കൂട്ടി കോഴിക്കോട് ആകാശവാണിയിലെത്തി അവിടെ വേണ്ടതെല്ലാം ചെയ്യാൻ തന്റെ പ്രിയപ്പെട്ട സ്റ്റേഷൻ ഡയരക്ടർ ഉറൂബ് ഉണ്ട്. കവിക്ക് കിട്ടിയ കത്തിന്റെ ഒരു കോപ്പി അവിടെയും കിട്ടിയിരുന്നു. പിന്നെയെല്ലാം മുറക്ക് നടന്നു. ഉറൂബ്, കവിത വായിച്ചു. തല കുലുക്കി സമ്മതിച്ചു – “നന്നായി”. റിക്കാർഡിംഗ് കഴിഞ്ഞു. കവിയെ കേൾപ്പിച്ചു. താൻ ഭംഗിയായി അവതരിപ്പിച്ചുവെന്ന് കവിക്കുതന്നെ തോന്നി. ആത്മസംതൃപ്തിയുണ്ടായി.

ഇനി ഞാൻ എന്തു ചെയ്യണം? – കവി ചോദിച്ചു.

“രണ്ട് ദിവസം മുമ്പ്, അതായത് ജനുവരി 24 നെങ്കിലും ഡൽഹിയിൽ എത്തണം. ‘അമ്മ’ അവിടെ കാത്തുനില്ക്കുന്നുണ്ടാവും ” – ഉറൂബ് പറഞ്ഞു.

പ്രതിഫലത്തിന്റെ ചെക്ക് കിട്ടി. കവി നന്ദി പറഞ്ഞ് ഇറങ്ങി. യാത്ര ചെലവ് അന്ന് ഡൽഹിയിൽ നിന്ന് കിട്ടും. കവി കൈകൂപ്പി മടങ്ങി.

അടുത്ത ദിവസം സ്കൂളിൽ വന്ന പി. താഴത്തുവീട്ടിൽ പോയി മാനേജരെ കണ്ടു. അദ്ദേഹം കവിയെ അഭിനന്ദിച്ചു - കവിക്കു മാത്രമല്ല സ്കൂളിനുതന്നെ കിട്ടിയ ഒരംഗീകാരമാണിതെന്ന് മാനേജർ സൂചിപ്പിച്ചപ്പോൾ കവി അഭിമാനപുളകിതനായി !

ഹെഡ് മാസ്റ്റർ വാഗ്ദാനം ചെയ്ത ഒരു മാസത്തെ ലീവെടുത്ത് ജനു: 20 ന് ഡൽഹിയിലേക്ക് പുറപ്പെട്ടു. ഹിന്ദി മാഷ് എം.കെ രാമകൃഷ്ണൻ റയിൽവേസ്റ്റേഷൻ വരെ അനുയാത്ര ചെയ്തു.

ഭാഷ വലിയ പ്രശ്നമാണ്. ഒരാളെ സഹായത്തിന് കൂട്ടുന്നത് നല്ലതാണ് എന്ന് രാമകൃഷ്ണൻ മാസ്റ്റർ ഒന്നു രണ്ടു തവണ പറഞ്ഞിരുന്നു. എന്നാൽ താൻ വരുന്നോ എന്ന് കവി ചോദിക്കുമെന്ന് പ്രതീക്ഷിച്ചതാണ്. ചോദിച്ചില്ല. രണ്ടുപേരുടെ യാത്രച്ചെലവ് താങ്ങാനാവില്ല. അല്ലെങ്കിൽ തന്നെ കവി പറയാറുണ്ട് മാസ ശമ്പളമാണെങ്കിലും കൂട്ടിക്കിഴിച്ചാൽ അന്ന് മുൻഷിപ്പണിക്ക് കിട്ടുന്ന കൂലി വെറും രണ്ടര രൂപയാണെന്ന്.

വടക്കുള്ള ഡൽഹിക്കുപോകാൻ അന്ന് കണ്ണൂരിൽ നിന്ന് തെക്കോട്ടാണ് യാത്ര ചെയ്യേണ്ടത് (കൊങ്കൺ റെയിൽവേ അന്നില്ല.) നിശ്ചിതസമയത്തു തന്നെ ഡൽഹി സ്റ്റേഷനിൽ കാത്തുനില്ക്കാൻ ഏല്പിച്ച ബന്ധു വന്നില്ല. ഒരു ടാക്സി പിടിച്ച്, കോൺഗ്രസ് സെക്രട്ടറി ആയിരുന്ന കെ. പി. മാധവൻ നായരുടെ പേരും 'ഘർചലോ' എന്ന രണ്ട് ഹിന്ദി വാക്കും പറഞ്ഞു. അങ്ങനെ അദ്ദേഹത്തിന്റെ വീട്ടിലെത്തി. നേതാവിന്റെയും ഭാര്യയുടെയും ആതിഥ്യം നല്ലൊരു അനുഭവമായി.

അടുത്ത ദിവസം രാവിലെ ആകാശവാണിയിലെത്തി. 14 ഭാഷയിലെ 14 കവികൾ. കന്നട പഠിച്ച പി. ക്ക് കന്നട കൊത്താൻ ഒരു കന്നട കവിയെ കിട്ടി - അത്രയും ആശ്വാസം! സമയം 7.30. സ്വന്തം കവിത പകർത്തിയ കടലാസുമെടുത്ത് ഒരുങ്ങിയിരിക്കാൻ നിർദ്ദേശം ലഭിച്ചു. കവിയുടെ കയ്യിൽ കവിതയുടെ കോപ്പി ഇല്ല ! എടുക്കാൻ മറന്നു.

ഭാഗ്യത്തിന് വാഗ്ഭടാനന്ദ ഗുരുവിന്റെ മകൻ ഹർഷവർധനൻ ആകാശവാണിയിലുണ്ട്. അയാൾ പരക്കം പാഞ്ഞു. കോഴിക്കോട് നിന്ന് റിക്കാർഡ് ചെയ്ത് അയച്ച കവിത റീപ്ലേ ചെയ്ത് പകർത്തിയെഴുതി കവിക്ക് കൊടുത്തു. വാഗ്ഭടാനന്ദ ഗുരുവിനെ മനസ്സാ സ്തുതിച്ചു. ഹർഷപുളകിതനായി ഹർഷവർധനനെ നമിച്ചു! നിറഞ്ഞ സദസ്സിൽ പരിപാടി ആരംഭിച്ചു. അവതാരകൻ ഓരോ കവിയുടേയും പേരു വിളിക്കും. ചുരുക്കം ചില വാക്കുകളിൽ പരിചയപ്പെടുത്തും. അങ്ങനെ രണ്ടുമൂന്നു പേർ

കവിത അവതരിപ്പിച്ചു. പി. യുടെ ഊഴമായി. കവിതയുടെ പേര് പറഞ്ഞു - അമ്മ!

" ഇരുട്ടിൻ വളമിട്ടുവെളിച്ചംനടുമദ്രി-
നിരയെകരിക്കോലാലാരോതൊട്ടുണർത്തുമ്പോൾ,
തോടുകൾ തണ്ണീർ പന്തൽ തുറന്നിട്ടതാം പുഞ്ച-
പ്പാടത്തിൻ വരമ്പത്തുനിന്നമ്മവിളിക്കുന്നു...."

ഇങ്ങനെ ആദ്യത്തെ പേജിലെ പത്തിരുപത് വരികൾ വായിച്ചപ്പോൾ തന്നെ കവിക്ക് ആകെ വെപ്രാളമായി. പക്ഷേ, വീണതുവിദ്യയാക്കി. കവി കിട്ടിയ പേജുകൾ നീട്ടി വലിച്ചു ചൊല്ലി. റേഡിയോ പ്രക്ഷേപണം ശ്രദ്ധാപൂർവ്വം ശ്രവിച്ചവർ മാത്രം കവിക്ക് എന്തോ പിശക് പറ്റിയെന്ന് ഊഹിച്ചു. എന്നാൽ മറ്റ് ഭാഷക്കാർക്ക് അപാകതയൊന്നും തോന്നിയില്ല- അവർക്ക് മലയാളം അറിയില്ലല്ലോ!- കവിയുടെ ഭാഷയിൽ 'തലതിരിഞ്ഞ് അട്ടി മറിഞ്ഞ കവിത' - സദസ്സിലുള്ള ചില മലയാളികളും സംശയിച്ചു- കവിക്ക് എന്തോപറ്റി !

'വാളിന്റെ മുന പിടിച്ച് വാൾ പയറ്റിനിറങ്ങിയ അഭ്യാസിയെപ്പോലെ' എങ്ങിനെയൊക്കെയോ കാര്യമൊപ്പിച്ചു. എൺപതോളം വരികളുള്ള നീണ്ട കവിത ഈണത്തിൽ ചൊല്ലി അവതരിപ്പിച്ചു. എല്ലാവർക്കും കവിയുടെ ശബ്ദഗാംഭീര്യവും ശരീരഭാഷയും ഏറെ ഇഷ്ടപ്പെട്ടു.

അവസാനം യാത്രപ്പടിക്കുള്ള ചെക്ക് വാങ്ങി സ്ഥലം വിട്ടു. തുടർന്നുള്ള ദിവസങ്ങളിൽ ഡൽഹിയിലും പ്രാന്തപ്രദേശങ്ങളിലുമുള്ള ചരിത്രസ്മാരകങ്ങൾ കണ്ടു. വെണ്ണക്കല്ലിൽ രചിച്ച മഹാകാവ്യമായ താജ്മഹൽ മനസ്സിരുത്തി വായിച്ചു. ആഗ്രകോട്ട, ബാലഗോപാലന്റെ കാല്പാടുകൾ പതിഞ്ഞ വൃന്ദാവനം, യമുനാതീരം, ശ്രീകൃഷ്ണന്റെ ജന്മംകൊണ്ട് പവിത്രമായ മഥുര- അങ്ങനെ പുണ്യപുരാതന സ്ഥലങ്ങൾ പലതും മഹാകവി സന്ദർശിച്ചു.

ഇങ്ങനെ കവിയുടെ കൂടാളിക്കാലത്ത് നടത്തിയ ഡൽഹി യാത്ര വീണുകിട്ടിയ വേറിട്ട അനുഭവമായി. യാത്ര കഴിഞ്ഞ് കവി കണ്ണൂരിൽ തിരിച്ചെത്തുന്ന തീയ്യതിയും സമയവും കുറിച്ചുകൊണ്ട് ഹിന്ദി മാഷിന് ഒരു കത്തെഴുതിയിരുന്നു. പക്ഷേ, കവി തിരിച്ചെത്തി രണ്ട് ദിവസം കഴിഞ്ഞാണ് മാഷിന് കത്ത് കിട്ടിയത്!

"ഞങ്ങൾ വരുന്നു മലനാട്ടിൽ"

1956 നവമ്പർ 1 ന് കേരള സംസ്ഥാനം രൂപം കൊണ്ടു. 1957 മെയ് മാസം ആദ്യത്തെ നിയമസഭാ തിരഞ്ഞെടുപ്പ് നടന്നു. ഏപ്രിൽ 5 ന് ഇ.എം.എസ് നമ്പൂതിരിപ്പാടിന്റെ നേതൃത്വത്തിൽ പ്രഥമ സംസ്ഥാന ഗവൺമെന്റ് സത്യപ്രതിജ്ഞ ചെയ്ത് അധികാരമേറ്റു. പ്രായപൂർത്തി വോട്ടവകാശം വിനിയോഗിച്ച് തിരഞ്ഞെടുപ്പിലൂടെ അധികാരമേറ്റ ലോകത്തിലെ ഒന്നാമത്തെ കമ്മ്യൂണിസ്റ്റ് മന്ത്രിസഭയായിരുന്നു അത്.

ഒന്നര വർഷം കഴിഞ്ഞപ്പോൾ സർക്കാരിനെതിരെ ഒറ്റപ്പെട്ട സമരം നടത്താൻ തുടങ്ങി. പ്രതിപക്ഷ വിദ്യാർത്ഥി യൂനിയനുകളുടെ നേതൃത്വത്തിൽ പൊട്ടിപ്പുറപ്പെട്ട സമരം സംസ്ഥാനത്തെ സ്കൂൾ-കോളേജുകളിലെ അന്തരീക്ഷം സംഘടർഷഭരിതമാക്കി. സർക്കാർ സർവശക്തിയുമപയോഗിച്ച് സമരത്തെ നേരിട്ടു.

പൊതുവെ പഠിപ്പുമുടക്കമോ സമരകോലാഹലമോ ഇല്ലാത്ത കൂടാളി ഹൈസ്കൂളിലും സമരം പടർന്നു. വിദ്യാർത്ഥി യൂനിയൻ നേതാക്കൾ അതിരാവിലെ വന്ന് ഗെയിറ്റ് പൂട്ടിയിടും. മറ്റ് രണ്ട് മിനി ഗെയിറ്റുകൽ ഉപരോധിക്കും. അധ്യാപകരെ സ്കൂളിൽ പ്രവേശിക്കാൻ അനുവദിക്കുമെങ്കിലും കുട്ടികളെ പുറത്തു നിർത്തും. സ്കൂൾ വരാന്തയിൽ തൂക്കിയിട്ട അമ്പലമണി പോലുള്ള വലിയ മണിയുടെ താഴെ സമരക്കാർ കൂടി നില്ക്കും. രാവിലെ ബെല്ലടിക്കാൻ അനുവദിക്കില്ല. ഇതൊക്കെയായിരുന്നു സമരമുറകൾ.

അധ്യാപകരിൽ വിവിധ രാഷ്ട്രീയക്കാരുണ്ട്. വിവിധ അധ്യാപകസംഘടനാ പ്രവർത്തകരും ഭാരവാഹികളുമുണ്ട്. പക്ഷേ സ്കൂളിന്റെ അകത്തു കടന്നു കഴിഞ്ഞാൽ അവർ ഒറ്റക്കെട്ടാണ്. അവർക്ക് രാഷ്ട്രീയമില്ല. സംഘടനയില്ല. ആര് സമരം ചെയ്താലും നിരുത്സാഹപ്പെടുത്തും. സമരം ഒഴിവാക്കാൻ പരമാവധി പരിശ്രമിക്കും. പക്ഷേ, പലപ്പോഴും ശ്രമം പരാജയപ്പെടും.

സ്കൂളിലെ വിദ്യാർത്ഥി യൂനിയൻ നേതാക്കളെ ഹെഡ്മാസ്റ്റർ വിളിച്ച് ചർച്ച നടത്തും. അന്നത്തെ യൂനിയൻ നേതാക്കൾ കാഴ്ചയിൽ വലി

യ 'കുട്ടികളാ' ണ്. ഓരോ ക്ലാസ്സിലും തോറ്റ് രണ്ടും മൂന്നും വർഷമിരുന്ന് സിക്സ്ത്ത് ഫോമിൽ എത്തുമ്പോൾ വിദ്യാർത്ഥികൾ അധ്യാപകരെപോലെ വലിയ വാല്യക്കാരായിട്ടുണ്ടാകും. ചിലർ നല്ല പ്രാസംഗികരുമാകും. സിക്സ്ത്ത് ഫോമിന്റെ (ഇന്നത്തെ പ്ലസ് വൺ) അവസാനമാണ് എസ്.എസ്.എൽ.സി പരീക്ഷ. സമരം നിയന്ത്രിക്കാൻ ഹെഡ്മാസ്റ്റർ പല തന്ത്രങ്ങളും പ്രയോഗിക്കും. ഉച്ചവരെ ക്ലാസ്സെടുത്ത് ഉച്ചയ്ക്കു ശേഷം അവധി നല്കുക - അല്ലെങ്കിൽ എസ്.എസ്.എൽ.സി ക്ലാസ്സുകാരെ തല്കാലം സമരത്തിൽ നിന്ന് ഒഴിവാക്കുക. ചിലപ്പോൾ സ്കൂളിലെ സമര നേതാക്കൾ ഈ നിർദ്ദേശങ്ങൾ സ്വീകരിക്കും. ഒന്നോ രണ്ടോ ദിവസങ്ങൾ ഈ നിബന്ധനകൾ പാലിച്ച് ക്ലാസ്സുകൾ നടത്തുമ്പോഴേക്കും പുറത്തുനിന്നുള്ള ഇടപെടലുണ്ടാകും. സമരം പൂർവ്വാധികം ശക്തമാകും. നാഴികകൾ നടന്നു വന്ന് മണിക്കൂറുകളോളം ഗെയിറ്റിനു പുറത്തുനില്ക്കേണ്ടി വന്ന കുട്ടികൾ നിരാശരായി തിരിച്ചു പോകും.

ഈ ദയനീയമായ ദുരവസ്ഥ പതിവായി കാണുമ്പോൾ മനം മടുത്ത കവിമാഷ് പറഞ്ഞു "ഒരു ദിവസം ഞാനും ഈ സ്കൂൾ പൂട്ടിക്കും". കവിക്ക് രാഷ്ട്രീയമില്ല. സംഘടനയുമില്ല. എന്നിട്ടും കവിയുടെ ഈ പ്രഖ്യാപനം കേട്ടപ്പോൾ വലിയൊരു തമാശ കേട്ട ഭാവത്തിൽ കുട്ടികൾ ആർത്തു ചിരിച്ചു!

വിമോചന സമരത്തെ തുടർന്ന് ക്രമസമാധാനം തകർന്നെന്ന കാരണം പറഞ്ഞ് കേന്ദ്രം സംസ്ഥാനഗവൺമെണ്ടിനെ 1959 ജൂലായ് 31 ന് ഭരണഘടനയുടെ 356 ാം വകുപ്പനുസരിച്ച് പിരിച്ചു വിട്ടു. തുടർന്ന് വിദ്യാലയ അന്തരീക്ഷം ശാന്തമായി. പഠനവും പാഠ്യേതര പ്രവർത്തനങ്ങളും അഭംഗുരം നടന്നു.

1959–60 വർഷത്തെ സ്കൂൾ യുവജനോത്സവം (ഇപ്പോഴത് സ്കൂൾ കലോത്സവമാണ്) സമാഗതമായി. ഏഷ്യയിലെ ഏറ്റവും വലിയ കലോത്സവത്തിന്റെ നാന്ദികുറിച്ചുകൊണ്ട് സ്കൂൾതല മത്സരം ആരംഭിച്ചു. രണ്ടു ദിവസം നീണ്ടുനിന്ന നൃത്തനൃത്യ-രചനാ മത്സരങ്ങൾ ഇന്നത്തെ പോലെ അന്ന് സ്കൂൾ, സബ്ജില്ല, ജില്ലാ സംസ്ഥാനം എന്നിങ്ങനെ നാല് തലങ്ങളിൽ മത്സരം ഉണ്ടായിരുന്നില്ല. സ്കൂൾതല മത്സരം കഴിഞ്ഞാൽ വിദ്യാഭ്യാസ ജില്ലാതലവും സംസ്ഥാനതലവും മാത്രം.

1959 ലെ സംസ്ഥാനതല മത്സരം കോഴിക്കോട് വെച്ചായിരുന്നു. അവിടെ അവതരിപ്പിക്കാൻ പെൺകുട്ടികളുടെ സംഘനൃത്തത്തിനു പറ്റിയ ഒരു ഗാനശില്പം തയ്യാറാക്കാൻ ഹെഡ്മാസ്റ്റർ പി.. യോട് നിർദ്ദേശിച്ചു. രണ്ടേരണ്ടു ദിവസം കൊണ്ട് കവി നല്ലൊരു കാവ്യശില്പം രചിച്ച് ഹെ

ഡ്മാസ്റ്റർക്ക് കൊടുത്തു- "ഞങ്ങൾ വരുന്നു മലനാട്ടിൽ".

പിന്നെയെല്ലാം പെട്ടെന്നായിരുന്നു. നൃത്താധ്യാപകൻ വിഭാവസുവിനെ വിളിച്ചു വരുത്തുന്നു. അദ്ദേഹം പലവട്ടം കവിത വായിച്ചു. മനസ്സിൽ നൃത്തച്ചുവടുകളും താളമേളങ്ങളും രൂപകല്പന ചെയ്തുവെച്ചു. രൂപസാമ്യമുള്ള മുതിർന്ന പെൺകുട്ടികളെ തിരഞ്ഞെടുത്തു. പരിശീലനപരിപാടി ആരംഭിച്ചു. ആദ്യ ഘട്ടത്തിൽ കവിയുടെ സാന്നിധ്യത്തിൽ തന്നെ എല്ലാം നടന്നു. ആവശ്യമായ നിർദ്ദേശങ്ങൽ കവി നല്കി. ഫൈനൽ റിഹേർസൽ കാണാൻ വിഭാവസു മാസ്റ്റർ ഹെഡ്മാസ്റ്ററേയും കവിയേയും പ്രത്യേകം ക്ഷണിച്ചു. അത്യാകർഷകമെന്ന് രണ്ടു പേരും സമ്മതിച്ചു. വിദ്യാഭ്യാസ ജില്ലാതല മത്സരത്തിൽ ഒന്നാം സ്ഥാനവും ' എ ' ഗ്രെയിഡും ലഭിച്ചു. തുടർന്ന് കോഴിക്കോട് സംസ്ഥാനതല മത്സരം.

നൃത്തനൃത്യങ്ങളുടെ മത്സരം നടക്കുന്ന ഒന്നാമത്തെ വേദിക്കു മുമ്പിൽ നിറഞ്ഞ സദസ്സ്. മുൻനിരയിൽ ഹെഡ്മാസ്റ്ററോടൊപ്പം കവിമാഷും ഉണ്ടായിരുന്നു. സംഘനൃത്തം ആരംഭിച്ചു. കോഡുനമ്പറുകൾ വിളിക്കുന്നു. സ്റ്റേജിൽ വരുന്ന സംഘത്തിന്റെ ജില്ലയോ സ്കൂളോ ഏതെന്ന് കാണികൾ അറിയുന്നില്ല. വിധികർത്താക്കൾ കലാമണ്ഡലത്തിലെ പ്രഗത്ഭരായ നൃത്താധ്യാപികമാർ അവർക്കും കോഡ് നമ്പർ മാത്രമറിയാം.

അങ്ങനെ കൂടാളിയുടെ കോഡ് നമ്പറും വിളിച്ചു. പിന്നണിയിലെ താളമേള കൊഴുപ്പോടുകൂടി പെൺകുട്ടികൾ നൃത്തച്ചുവടുകൾ ആരംഭിച്ചു. വർണമനോഹരമായ വേഷം! അവർ പാടാനും ആടാനും തുടങ്ങി! ആറ് ഋതുക്കളെ പ്രതിനിധീകരിച്ചുകൊണ്ട് ആറ് പേർ

" ആനന്ദാശ്രമവിപിനച്ഛായയി-
ലാദികവീശ്വരനുണരുമ്പോൾ
തങ്കക്കാൽത്തളനാദമിണങ്ങി
ഞങ്ങൾവരുന്നു മലനാട്ടിൽ......!"

ആയിരങ്ങൾ തിങ്ങിനിറഞ്ഞ സദസ്സ് കണ്ണും കരളും നിറഞ്ഞ് ആസ്വദിച്ച നൃത്ത ശില്പം. തിരശ്ശീല വീണപ്പോൾ കാതടപ്പിക്കുന്ന കരഘോഷം!

രണ്ട് മണിക്കൂറോളം സംഘനൃത്തങ്ങൾ മാത്രം. ഇഞ്ചോടിഞ്ച് പോരാട്ടം. അവസാനം ഫലം പ്രഖ്യാപിച്ചപ്പോൾ കൂടാളി ഹൈസ്കൂളിന് ഒന്നാം സ്ഥാനവും എ-ഗ്രെയിഡും! കൂടാളിയിൽ നിന്ന് പോയ ടീം അംഗങ്ങൾ സന്തോഷം കൊണ്ട് തുള്ളിച്ചാടി. കവി വിഭാവസു മാസ്റ്ററെ ചേർത്തു പിടിച്ച് അഭിനന്ദിച്ചു. കുട്ടികളേയും സന്തോഷപൂർവ്വം അനുമോദി

ച്ചു. സ്കൂളിന് സംസ്ഥാനതലത്തിൽ ലഭിച്ച ആദ്യത്തെ അംഗീകാരമായിരുന്നു അത്.

അടുത്ത ദിവസം സ്കൂൾ അസംബ്ലി ചേർന്നപ്പോൾ, സംഘനൃത്തം അവതരിപ്പിച്ച കുട്ടികളെ സ്റ്റേജിൽ വിളിച്ചുവരുത്തി ഹെഡ്മാസ്റ്റർ പ്രത്യേകം അഭിനന്ദിച്ചു. അവർക്കും വിഭാവസ് മാസ്റ്റർക്കും പാരിതോഷികങ്ങൾ നല്കി. കവിമാഷെ മുക്തകണ്ഠം പ്രശംസിച്ചു. അപ്പോൾ മാത്രമാണ് പലരും അറിയുന്നത് ഈ അംഗീകാരത്തിന്റെ പിന്നിൽ പ്രവർത്തിച്ചത് കവിമാഷിന്റെ തൂലികയാണെന്ന്! അസംബ്ലിയുടെ അവസാനം ഹെഡ്മാസ്റ്റർ പ്രഖ്യാപിച്ചു-

ഈ അഭൂതപൂർവമായ നേട്ടത്തിന്റെ സന്തോഷസൂചകമായി നാളെ സ്കൂളിന് അവധിയായിരിക്കും! കുട്ടികൾ ഹർഷാരവം മുഴക്കി.

അസംബ്ലി കഴിഞ്ഞപ്പോൾ കുറേ കുട്ടികൾ ഓടിച്ചെന്ന് കവിമാഷെ വളഞ്ഞു. കവി പറഞ്ഞു- അന്നൊരുദിവസം ഞാൻ പറഞ്ഞില്ലേ, ഒരു ദിവസം ഞാനും സ്കൂൾ പൂട്ടിക്കുമെന്ന്! കുട്ടികൾ ആർത്തു ചിരിച്ചു.

പത്രങ്ങളുടെ മുൻപേജിൽ സംഘനൃത്തം ടീമിന്റെ ഫോട്ടോ ഉൾപ്പെടെ വെണ്ടക്കാതലക്കെട്ടിൽ വാർത്ത! സ്കൂളിന് അഭിനന്ദന പ്രവാഹം! പത്ര പ്രവർത്തകർ സ്കൂളിൽ നേരിട്ടു വന്ന് വാർത്തകൾ ശേഖരിച്ചു.

ഇങ്ങനെ മഹത്തായ ഈ നേട്ടത്തിന്റെ ആവേശം സ്കൂളിന്റെ അന്തരീക്ഷത്തിൽ അലതല്ലുമ്പോഴും താൻ ഒരു വലിയ കാര്യം ചെയ്ത ഭാവമൊന്നും കവിക്കുണ്ടായില്ല. പക്ഷേ ഈ സംഭവത്തോടെ കവി സ്കൂളിന്റെ അകത്തും പുറത്തും ഒരു താരമായി മാറി!.

മഹാകവി
മറവിയുടെ ആൾരൂപം

മറവിയുടെ ആൾരൂപമാണ് മഹാകവി പി.. കുഞ്ഞിരാമൻ നായർ. എല്ലാം മറക്കുക, സ്വയം മറക്കുക- അതൊരു സ്ഥിരം ശീലമായിരുന്നു.

സ്കൂളിന്റെ അടുത്തുള്ള സബ്ബ് പോസ്റ്റ് ഓഫീസിലേക്ക് പോകാൻ കണ്ണൂരിലേക്കുള്ള മെയിൻ റോഡിലൂടെ ഏകദേശം 200 മീറ്റർ നടന്ന് ഇടത്തോട്ട് തിരിഞ്ഞാൽ മതി. പക്ഷേ ഒരു ദിവസം പലതും ആലോചിച്ച് നടക്കുന്ന കവി ഇടതും വലതും നോക്കാതെ നേരെ പോയി. ഗണപതി ക്ഷേത്രത്തിന്റെ മുന്നിലെത്തിയപ്പോഴാണ് അബദ്ധം പറ്റിയത് അറിയുന്നത്. ഉടനെ ക്ഷേത്രത്തിൽ കയറി വിഘ്നേശനെ തൊഴുത് ഏറെ സമയം ഏത്തമിട്ടു. പുറപ്പെട്ട കാര്യം മറന്ന് സ്കൂളിലേക്ക് മടങ്ങി.

കുറേ കാലം കവിയുടെ കൂടാളിയിലെ 'ലോഡ്ജി' ന്റെ തൊട്ടടുത്ത മുറിയിൽ താമസിച്ചിരുന്ന ഹിന്ദി മാഷ്, എം.കെ. രാമകൃഷ്ണൻ കവിയുടെ മറവിയുടെ മാറ്റ് അറിയാൻ ഒരു ഉദാഹരണം പറഞ്ഞിരുന്നു. കവി പുറത്തു പോകുമ്പോൾ പലപ്പോഴും മുറി പൂട്ടാൻ മറക്കുമായിരുന്നു. ചിലപ്പോൾ പൂട്ടാൻ നോക്കുമ്പോൾ താക്കോൽ കാണില്ല. അല്ലെങ്കിൽ താക്കോലുണ്ടാകും പൂട്ട് കാണില്ല. ഉടനെ താഴെ ഇറങ്ങി ഒരു പുതിയ പൂട്ട് വാങ്ങും. പഴയത് അവിടെ ഉപേക്ഷിക്കും. ഇങ്ങനെ പൂട്ടില്ലാത്ത താക്കോലിന്റെയും താക്കോലില്ലാത്ത പൂട്ടിന്റെയും ഒരു വൻ ശേഖരം തന്നെ ആ മുറിക്കകത്തുണ്ടാകും.

ഇതുതന്നെയാണ് ചെരിപ്പിന്റെയും കഥ!

ക്ഷേത്രത്തിനകത്ത് കയറുമ്പോൾ ചെരിപ്പ് പുറത്തുവെക്കണമല്ലോ. ക്ഷേത്രദർശനം കഴിഞ്ഞ് പുറത്തു വന്നാൽ ധരിക്കുന്ന ചെരിപ്പ് മാറിപ്പോകും. സൂക്ഷിച്ചു നോക്കി തന്റേതു തന്നെ തിരഞ്ഞെടുത്ത് ധരിക്കാനുള്ള ക്ഷമയും ഓർമയും കവിക്കുണ്ടാവില്ല. അപ്പോൾ കാലിന് പാകമായതും ഇട്ട് നടക്കും- പാകമായതു കിട്ടിയില്ലെങ്കിൽ നഗ്നപാദനായി തിരിച്ചുപോകും.! അടുത്തുള്ള ചെരിപ്പു കടയിൽ ചെന്ന് പുതിയത് വാങ്ങും. ഇങ്ങനെ മറവിമൂലം പാദരക്ഷകൾ ഇടയ്ക്കിടെ മാറ്റേണ്ടി വരുന്ന

തു കൊണ്ട് വില കുറഞ്ഞ വള്ളിച്ചെരിപ്പാണ് അധികവും ഉപയോഗിക്കുന്നത് - കവിക്കറിയാം ഈ പുതിയ 'കക്ഷി' തന്നെ സേവിക്കാൻ അധികകാലം കൂടെയുണ്ടാവില്ലെന്ന്!

വേനൽ വർഷഭേദമെന്യേ, കവിക്ക് എപ്പോഴും കുട വേണം. പിടി വളഞ്ഞ വലിയ കുടയാണ് പതിവായി ഉപയോഗിക്കുന്നത്. ചില ദിവസങ്ങളിൽ കവിയുടെ നരച്ച ചൂരൽ കാലൻകുട ടീച്ചേർസ് റൂമിന്റെ വരാന്തയിൽ ഒരു മൂലക്ക് അനാഥ പ്രേതം പോലെ, സ്കൂൾ വിട്ട ഉടനെ സ്ഥലം വിടേണ്ടി വന്ന കവിയേയും കാത്തുനില്ക്കുന്നുണ്ടാകും. അത് ആരുടേതാണെന്ന് തൂപ്പുകാരി ബാച്ചിയമ്മയ്ക്ക് നന്നായി അറിയാം. അവർ അതെടുത്ത് സൂക്ഷിച്ചു വെച്ച് അടുത്ത ദിവസം കവി വരുമ്പോൾ തിരിച്ചു നല്കും. അപ്പോൾ കവി തന്റെ കീശയിൽ കയ്യിട്ട് വാരി കിട്ടിയ കാശ് എത്രയെന്ന് നോക്കാതെ തൂപ്പുകാരിക്ക് കൊടുക്കും. ഒരു ദിവസം കവി റയിൽവേ സ്റ്റേഷനിൽ പോകാൻ കണ്ണൂരിൽ ബസ്സിറങ്ങുമ്പോൾ തന്റെ കുട മോഷണം പോയി. അപ്പോഴതാ മുന്നിലിറങ്ങിയ ഒരാൾ വളഞ്ഞ കാലുള്ള കുട ഇടതു കൈത്തണ്ടയിൽ തൂക്കി ഗമയിൽ നടക്കുന്നു! കവി ഓടിച്ചെന്ന് അയാളെ തടഞ്ഞു നിർത്തി - "ഇത് എന്റെ കുടയല്ലേ?"

അയാൾ ഇടത്തെ കയ്യിലുള്ള കുട വലത്തെ കയ്യിൽ മാറ്റി പിടിച്ച് ഒന്ന് രൂക്ഷമായി നോക്കി. നേരെ നടന്നു പോയി. പിറ്റേന്ന് കവി സ്കൂളിൽ വന്നപ്പോഴതാ തൂപ്പുകാരി കുടയുമായി വരുന്നു! കവി തന്നെ ഈ കഥ ടീച്ചേർസ് റൂമിൽ അവതരിപ്പിച്ചപ്പോൾ നരേന്ദ്രൻ മാഷ് പറഞ്ഞു-

"ഇന്നലെ കണ്ണൂരിൽ നിന്ന് അയാളുടെ അടി കിട്ടാത്തത് ഭാഗ്യം!"

കവിയുടെ കത്തെഴുത്തിന്റെ കാര്യമാണ് ഏറെ രസം. ഭാര്യ കുഞ്ഞുലക്ഷ്മി, കവിയുടെ കത്ത് കിട്ടിയാൽ ഏറെ പ്രതീക്ഷയോടെയാണ് പൊളിച്ച് വായിക്കാൻ തുടങ്ങുക. അപ്പോൾ ആദ്യത്തെ അഭിസംബോധന തന്നെ- " പ്രിയമുള്ള ശ്രീധരാ, എന്നോ സ്നേഹിതാ...." എന്നോ ആയിരിക്കും. ഒന്നുകിൽ സി.പി. ശ്രീധരനെയോ, ഇയ്യങ്കോട് ശ്രീധരനെയോ, അല്ലെങ്കിൽ പ്രിയ ശിഷ്യൻ കെ.കെ. ഭരതനെയോ ഉദ്ദേശിച്ച് എഴുതിയ കത്തായിരിക്കും. അഡ്രസ്സെഴുതുമ്പോൾ മാറിപ്പോയത്. അവർക്കുള്ള കവറിൽ ഭാര്യക്കുള്ള കത്തുമായിരിക്കും!

ചിലപ്പോഴൊക്കെ വാരികക്ക് അയക്കേണ്ടുന്ന കവിത ഭരതേട്ടന് അയച്ചു പോയിട്ടുണ്ട്. പക്ഷേ, അദ്ദേഹമതിന്റെ കവർ മാറ്റി കവി ഉദ്ദേശിച്ച വാരികയുടെ അഡ്രസ്സെഴുതി പോസ്റ്റ് ചെയ്യും. അത് പ്രസിദ്ധീകരിച്ചു വന്നാലും അതിന്റെ പിന്നിലെ കഥ കവിയറിയില്ല! കവിയെ നേരിൽ

കാണുമ്പോൾ ഭരതേട്ടൻ ഇക്കഥ സൂചിപ്പിക്കും. അപ്പോൾ കവിയുടെ പ്രതികരണംഇങ്ങനെയാകും–

" അതുകൊണ്ടല്ലേ, നിങ്ങളൊക്കെ എന്റെ അടുത്ത ആളായത്"!

ഒരു വിശേഷപ്പെട്ട ദിവസം - അന്ന് കവിയുടെ ജന്മദിനമായിരുന്നു. പതിവിലും നേരത്തെ സ്കൂളിൽ വന്നു. കുടയും പുസ്തകവും മറ്റും ടീച്ചേർസ് റൂമിൽ വെച്ച് പുറത്തേക്ക് പോയി. നേരെ പോയത് കാവുന്താഴ വേട്ടയ്ക്കൊരുമകൻ ക്ഷേത്രത്തിലേക്കാണ്. വഴിപാട് കൗണ്ടറിൽ 'തിരുവോണം' പറഞ്ഞ് നക്ഷത്ര പുഷ്പാഞ്ജലി കഴിച്ചു. നടയ്ക്കു മുന്നിൽ തൊഴുതു നിന്നു കൊണ്ട് പ്രാർത്ഥിച്ചു. ധ്യാനനിരതനായ കവി സമയം പോയതറിഞ്ഞില്ല. നട അടക്കാറായപ്പോൾ ആരോ വന്ന് കവിയുടെ ചെവിയിൽ മന്ത്രിച്ചു. പെട്ടെന്ന് കണ്ണു തുറന്നപ്പോൾ പരിസരബോധമുണ്ടായി. ധൃതിയിൽ സ്കൂളിലേക്ക് നടന്നു.

അതിലിടയ്ക്ക്, അതിരാവിലെ സ്കൂളിലെത്തിയ കവിമാഷെ കാണാനില്ലെന്നറിഞ്ഞ് അന്വേഷിക്കാൻ ഹെഡ്മാസ്റ്റർ ശിപായിയെ അയച്ചു. അയാൾ നേരെ പോയത് പോസ്റ്റാഫീസിലേക്കായിരുന്നു. അവിടെയില്ല. തിരിച്ചു വരുമ്പോൾ വായനശാലയിൽ നോക്കി. അവിടെയും കണ്ടില്ല. വിവരം ഹെഡ്മാസ്റ്ററെ അറിയിക്കാൻ തിരക്കിട്ട് മടങ്ങുമ്പോൾ കവിയതാ ഓടിക്കിതച്ചു വരുന്നു. ഓഫീസിലെത്തി ഹെഡ്മാസ്റ്ററെ ഒന്നു വണങ്ങി.

"പറ്റിപ്പോയി, പിറന്നാളാണ് "- ഹെഡ്മാസ്റ്റർ പറയാൻ വിചാരിച്ചത് രണ്ടാമത്തെ വാക്കുകേട്ടപ്പോൾ വിട്ടുകളഞ്ഞു.

"ആശംസകൾ"!

കവി കൈകൂപ്പിക്കൊണ്ട് നന്ദിയറിയിച്ചു!

കവിമാഷിന്റെ അലക്കുകാരൻ കുഞ്ഞപ്പനായർ ആഴ്ചയിലൊരു ദിവസം അലക്കിത്തേച്ച ഖാദിവസ്ത്രങ്ങളുമായി വരും. അലക്കു കൂലി വാങ്ങി തിരിച്ചു പോകുമ്പോൾ അലക്കാനുള്ളവ എടുക്കും. ഓരോ ജുബ്ബയുമെടുത്ത് ഇരു കീശകളും കയ്യിട്ട് പരിശോധിക്കും. നാണയത്തുട്ടുകളോ കത്തുകളോ കവിതാ കുറിപ്പുകളോ കിട്ടിയാൽ അവയെല്ലാം വാരിയെടുത്ത് മേശപ്പുറത്ത് വെക്കും. 'നാണയത്തുട്ടുകൾ താനെടുത്തോ' എന്ന് പറഞ്ഞാലും അയാളത് എടുക്കില്ല.

ഒരു ദിവസം കീശയിൽ നിന്ന് കിട്ടിയത് പൊളിച്ചു വായിക്കാത്ത ഒരു കത്ത് ആയിരുന്നു. അത് ഉടനെ കവിക്ക് കൊടുത്തു. കവി അത് വായിച്ചു. രണ്ട് ദിവസം മുമ്പ് കവി പങ്കെടുക്കേണ്ടിയിരുന്ന ഒരു പരിപാടിയുടെ നോട്ടീസും കത്തുമായിരുന്നു.! പൊളിച്ചു വായിക്കാൻ മറന്നു.

കവി കൂടാളിക്ക് അടുത്തുള്ള കുംഭം എന്ന സ്ഥലത്ത് താമസിക്കുമ്പോൾ ഒരു ദിവസം രാത്രി ഏറെ വൈകുന്നതുവരെ കവിത കുത്തിക്കുറിച്ചതു കൊണ്ട് ഉറങ്ങാൻ വൈകി. അതുകൊണ്ടുതന്നെ ഉണരാനും വൈകി.

ഉണർന്ന ഉടനെ ഒരു ലീവപേക്ഷയെഴുതി. അത് കൊടുത്തയക്കാൻ ഹൈസ്കൂളിൽ പഠിക്കുന്ന മകൻ രവിയെ വിളിച്ചു. പക്ഷേ, അവൻ നേരത്തെ തന്നെ പോയിക്കഴിഞ്ഞിരുന്നു. അപ്പോഴാണ് ഒരു കുട്ടി ധൃതിയിൽ നടന്നു പോകുന്നത് കണ്ടത്. കവി ആ കുട്ടിയെ വിളിച്ചു.

"സ്കൂളിലേക്കല്ലേ"!

"അതെ"

"ഇത് ഹെഡ്മാസ്റ്റർക്ക് കൊടുക്കണം'-- കവി

"ശരി"- അവൻ ഭവ്യതയോടെ വാങ്ങി.

കുട്ടി സ്കൂളിലെത്തിയ ഉടനെ കത്ത് ഹെഡ്മാസ്റ്റർക്ക് കൊടുത്തു- മാസ്റ്റർ വായിച്ചു.

എനിക്ക് ഇന്ന് വരാൻ വയ്യ. അവധി വേണം

സ്വന്തം

പി. കുഞ്ഞിരാമൻ നായർ

ഹെഡ്മാസ്റ്റർ ചിരിച്ചു. കവി കത്ത് കൊടുത്തത് ഹൈസ്കൂളിന്റെ അടുത്തുള്ള യു.പി സ്കൂളിലെ ഒരു കുട്ടിയുടെ കൈവശമായിരുന്നു. അവൻ കത്ത് കൈമാറിയത് സ്വന്തം ഹെഡ്മാസ്റ്റർക്കും. അദ്ദേഹം അത് പ്യൂൺ വശം ഹൈസ്കൂളിലേക്ക് കൊടുത്തയച്ചു. - ഇക്കഥയൊന്നും കവി അറിഞ്ഞതേയില്ല!

കവിയുടെ മകൾ ലീലയുടെ വിവാഹം - വരൻ മരുമകനായ ശ്രീധരൻ. വിവാഹം ഗുരുവായൂരിൽ വെച്ച് നടത്തണമെന്ന് കവിയുടെ അമ്മയ്ക്കും ഭാര്യയ്ക്കും നിർബന്ധം. അങ്ങനെ തീയതി നിശ്ചയിച്ചു. വധുവും പാർട്ടിയും രണ്ട് ദിവസം മുമ്പു തന്നെ കൂടാളിയിൽ നിന്ന് പുറപ്പെട്ടു. വരനും സംഘവും കാഞ്ഞങ്ങാട്ട് നിന്നും. കവി ഗുരുവായൂരിൽ എത്തിക്കോളാമെന്ന് പറഞ്ഞു. ഭാര്യ കുഞ്ഞുലക്ഷ്മിക്ക് ചെറിയൊരു സംശയം കവി മറന്നുപോകുമോ? മറ്റെന്തു മറന്നാലും ഗുരുവായൂരപ്പനെ മറക്കില്ല!

കല്യാണത്തലേന്ന് അച്ഛൻ വരുമെന്ന് ലീല വിശ്വസിച്ചു. വന്നില്ല. എല്ലാവരുടേയും ഉത്കണ്ഠ വർദ്ധിച്ചു. രാവിലെയെങ്കിലും എത്തുമെന്ന് വിചാരിച്ചു. കിഴക്കെ നടയിലുള്ള കല്യാണ മണ്ഡപത്തിൽ വധുവും

വരനും അടുത്ത ബന്ധുക്കളും കയറി. വാദ്യം തുടങ്ങി. എല്ലാ കണ്ണുകളും കവിയെ പരതി. കല്യാണ മണ്ഡപത്തിൽ നിന്ന് ഇറങ്ങും മുമ്പെങ്കിലും അച്ഛൻ ഓടിക്കിതച്ചെത്തുമെന്ന് മകൾ പ്രതീക്ഷിച്ചു. പക്ഷേ പ്രതീക്ഷ അസ്ഥാനത്തായി! അങ്ങനെ കവി, മകളുടെ കല്യാണവും മറന്നു.

കല്യാണത്തിനുശേഷം രണ്ടു ദിവസം കഴിഞ്ഞ് വധൂവരന്മാർ കൂടാളിയിലെത്തി. കുംഭത്തിലെ വാടക വീട്ടിൽ കയറി വരുമ്പോൾ കവി അവിടെയുണ്ടായിരുന്നു. രണ്ടുപേരെയും ചേർത്തുപിടിച്ചു. അനുഗ്രഹിച്ചു. കവി പറഞ്ഞു

"മറന്നുപോയി മക്കളേ....!" അതിൽ ഒരു ക്ഷമാപണത്തിന്റെ സ്വരമുണ്ടായിരുന്നു!.

ഭിക്ഷാർപ്പണം പാത്രമറിഞ്ഞുവേണം

" ഭിക്ഷാർപ്പണം പാത്രമറിഞ്ഞു വേണം" എന്ന് മഹാകവി വള്ളത്തോളിന്റെ 'ശിഷ്യനും മകനും' എന്ന ഖണ്ഡകാവ്യത്തിൽ പാർവതി പരമശിവനോട് പറയുന്നുണ്ട്. പാത്രമറിഞ്ഞു നല്കിയില്ലെങ്കിൽ ഭിക്ഷ നല്കിയ ആൾക്ക് അത് വിനയായിതീരും. അങ്ങനെയൊരു വിന വന്നതിന്റെ കഥയുണ്ട് കുഞ്ഞിരാമൻ നായർക്ക് കൂടാളിയിൽ!

കവി കുടുംബസമേതം കൂടാളിയിൽ താമസിക്കുന്ന കാലം. സ്കൂളിന്നടുത്തുള്ള കുംഭം എന്ന സ്ഥലത്ത് ഒരു വാടക വീട്ടിലാണ് താമസിച്ചിരുന്നത്. കൂടെ ഭാര്യ വി. കുഞ്ഞുലക്ഷ്മിയും രണ്ട് മക്കളും അവധി ദിവസങ്ങളിൽ കവി സ്ഥലം വിടും - വള്ളുവനാട്ടിലേക്ക്. ഒന്നുകിൽ നിളാനദീതീരത്ത് പരിചയമുള്ള ഏതെങ്കിലും വീട്ടിൽ അതിഥിയായി കഴിയും. അല്ലെങ്കിൽ പട്ടാമ്പിയിലോ ഗുരുവായൂരിലോ പോകും.

ഈ യാത്രയിൽ പരിചയപ്പെട്ട ഒരു അധ്യാപകനുണ്ടായിരുന്നു പട്ടാമ്പിയിൽ. സർവീസിൽ നിന്ന് വിരമിച്ച ആൾ. ഒരു ദിവസം കവിയെ കണ്ടപ്പോൾ അദ്ദേഹം തന്റെ ദയനീയമായ കുടുംബപ്രശ്നം ആകുലതയോടെ അവതരിപ്പിച്ചു - വിവാഹപ്രായം കഴിഞ്ഞ ഒരു മകൾ പുരനിറഞ്ഞു നില്ക്കുന്നു - മൂത്തമകൾ. നല്ല വിദ്യാഭ്യാസമുണ്ട്. പക്ഷേ, ജോലിയൊന്നുമില്ല. രണ്ട് ആൺമക്കൾ വേറെയുമുണ്ട്. അവർക്കും ജോലിയില്ല. ഇന്നത്തെപോലെ അന്നും പഠിച്ചാലും ജോലി കിട്ടുക എന്നത് ഏറെ ശ്രമകരമായിരുന്നു.

"മകൾ വിദ്വാൻപരീക്ഷ പാസ്സായിട്ടുണ്ട് - ഹൈസ്കൂളിൽ മലയാളം പഠിപ്പിക്കാനുള്ള യോഗ്യതയുണ്ട്. കവിയുടെ സ്കൂളിൽ എങ്ങനെയെങ്കിലും ഒരു ജോലി തരപ്പെടുത്തിത്തരണം" -

ആ വന്ദ്യവയോധികനായ അച്ഛന്റെ പരിദേവനം കേട്ട് മനസ്സലിഞ്ഞ പി. അന്വേഷിച്ച് വിവരം പറയാമെന്നേറ്റു - എന്തെങ്കിലും ചെയ്യുമ്പോൾ അതിന്റെ വരും വരായ്കകൾ ആലോചിക്കുന്ന ശീലം കവിക്കില്ല.

ഒരു ദിവസം കവി ഹെഡ്മാസ്റ്ററോട് അന്വേഷിച്ചു -

" സർ ഇവിടെ ഒരു മലയാളം ടീച്ചറുടെ ഒഴിവുണ്ടോ" ?

ഹെഡ്മാസ്റ്റർ പറഞ്ഞു – " ടീച്ചറുടെ ഒഴിവില്ല; അധ്യാപകന്റെ ഒഴിവുണ്ട്." കവിക്ക് ആദ്യം അതിന്റെ പൊരുൾ മനസ്സിലായില്ല.- അതെന്താ അങ്ങനെയെന്ന് ആലോചിക്കുമ്പോൾ ഹെഡ്മാസ്റ്റർ അന്വേഷിച്ചു –

"എന്താ ചോദിച്ചത്"?

എനിക്ക് വേണ്ടപ്പെട്ട ഒരാളുടെ മകളുണ്ട് – അങ്ങ് പട്ടാമ്പിയിലാ.

"ആവശ്യമായ യോഗ്യതയുണ്ടോ? അല്ല, സർക്കാറിൽ നിന്ന് സ്പെഷൽ ഓർഡർ വാങ്ങേണ്ടിവരുമോ"?

ഹെഡ്മാസ്റ്ററുടെ അർത്ഥം വെച്ചുള്ള ചോദ്യത്തിലെ ധ്വനി കവി തിരിച്ചറിഞ്ഞു!

"മലയാളം വിദ്വാൻ പരീക്ഷ പാസ്സായിട്ടുണ്ട്."–

കവിക്ക് അതും ഇല്ലെന്നത് പരസ്യമായ ഒരു രഹസ്യമാണല്ലോ!

മാനേജരോട് പറഞ്ഞുനോക്ക്. അധ്യാപകനാണ് മുൻഗണന എന്നു തോന്നുന്നു – ഹെഡ്മാസ്റ്റർ സൂചിപ്പിച്ചു.

അന്ന് വൈകുന്നേരം തന്നെ കവി താഴത്തു വീട്ടിൽ പോയി മാനേജറെ കണ്ടു – അന്വേഷിച്ചു. തിരിച്ചുവരുന്ന വഴിക്ക് പോസ്റ്റോഫീസിൽ കയറി പട്ടാമ്പിയിലെ മാഷിന് ഒരു കാർഡെഴുതി പോസ്റ്റ് ചെയ്തു –

"മകളെയും കൂട്ടി ഉടനെ വരണം"

നാല് ദിവസം കഴിഞ്ഞപ്പോൾ അച്ഛനും മകളും എത്തി. കവി അവരെയും കൂട്ടി ഹെഡ്മാസ്റ്ററെ കണ്ടു. തുടർന്ന് മാനേജറേയും സന്ദർശിച്ചു. അടുത്ത ദിവസം തന്നെ സ്കൂളിൽ ചേരാൻ മാനേജർ നിയമന ഉത്തരവും നല്കി. കവി അച്ഛനേയും മകളേയും കൂട്ടി ഹിന്ദി ടീച്ചർ താമസിക്കുന്ന വാടക വീട്ടിലേക്ക് പോയി. ടീച്ചർക്ക് സന്തോഷമായി. കൂട്ടിന് ഒരാളായല്ലോ. വാടക പപ്പാതിയാക്കുകയും ചെയ്യാം.

ടീച്ചറുടെ എല്ലാ കാര്യവും കവിമാഷെ ഏല്പിച്ച് അച്ഛൻ തിരിച്ചു പോയി. വണ്ടിക്കാശ് കവി കീശയിലിട്ടുകൊടുത്തു.

അങ്ങനെ സുലോചന ടീച്ചർ (കവി നല്കിയ സാങ്കല്പിക പേര്) കൂടാളി ഹൈസ്കൂളിലെ മലയാളം അധ്യാപികയായി.

സോപ്പ് ചീർപ്പ് കണ്ണാടി തുടങ്ങിയവയുടെ ഒരു ലിസ്റ്റ് എഴുതി ടീച്ചർ ഒരു കുട്ടി വശം കവിമാഷിന് കൊടുത്തയച്ചു. കവി എല്ലാം വാങ്ങി എത്തിക്കുകയും ചെയ്തു. മകളുടെ എല്ലാ കാര്യവും അച്ഛൻ കവിയെ ഏല്പിച്ചതാണല്ലോ. രണ്ട് ദിവസം കഴിഞ്ഞ് കവി തന്റെ രണ്ട് ക്ലാസ്സിലെ പ്രബന്ധരചനാപുസ്തകങ്ങളുടെ കെട്ടുകൾ ക്ലാസ്സ് ലീഡർ വശം ടീച്ചർക്ക് കൊടുത്തയച്ചു. മുഴുവൻ വായിച്ച് തിരുത്തി തിരിച്ചേല്പിക്കാൻ പറഞ്ഞയച്ചു. വൈകുന്നേരം മൂന്നാമതൊരു കെട്ടു കൂടി സുലോചന ടീച്ചറുടെ

മേശപ്പുറത്തെത്തി. മറ്റ് ടീച്ചർമാർ പരസ്പരം നോക്കി ചിരിച്ചു -

കാൽക്കൊല്ല പരീക്ഷ കഴിഞ്ഞു. മലയാളത്തിന്റെ മൂന്ന് കെട്ട് ഉത്തര ക്കടലാസുകൾ കവി നേരിട്ടു തന്നെ ടീച്ചറെ ഏല്പിച്ചു. ഓണാവധി കഴിഞ്ഞ് സ്കൂൾ തുറക്കുന്ന ദിവസം തന്നെ ടീച്ചർ ഉത്തരക്കടലാസ് തിരിച്ചേല്പിച്ചു - മാർക്ക് ലിസ്റ്റും.

പരീക്ഷയുടെ ഉത്തരക്കടലാസ് കിട്ടിയപ്പോൾ കുട്ടികൾ സൂക്ഷ്മമായി പരിശോധിച്ചു. ചില ശരിയുത്തരങ്ങൾക്ക് മാർക്കില്ല.

കുട്ടികൾ കൂട്ടമായി കവി മാഷിന്റെ അടുത്തേക്ക് ഓടി. കവി സ്വകാ ര്യമായി പറഞ്ഞു. ഞാനല്ല സുലോചന ടീച്ചറാണ് നോക്കിയത്. അവ രോട് പറ. കുട്ടികൾ ടീച്ചറെ അന്വേഷിച്ച് നടന്നു. പക്ഷേ, ടീച്ചറെ കാണാ നില്ല!

ഒരാഴ്ച കഴിഞ്ഞപ്പോൾ പ്രബന്ധരചനയുടെ പുസ്തകക്കെട്ടുകൾ വീണ്ടും സുലോചനടീച്ചറുടെ മേശപ്പുറത്തെത്തി. ടീച്ചർ പറഞ്ഞു -

"ഇവിടെ വെക്കേണ്ട. എന്റെ ക്ലാസ്സിലേതു തന്നെ വേണ്ടത്രയുണ്ട്" -

ക്ലാസ്സ് ലീഡർ കവിമാഷിന്റെ മേശപ്പുറത്തു തന്നെ തിരിച്ചെത്തിച്ചു. ഹിന്ദി മാഷ് പറഞ്ഞുവത്രെ -

"കവിക്ക് ഇതും ഇതിലപ്പുറവും പറ്റും. പച്ചക്കർപ്പൂരമെന്ന് കരുതി ചുണ്ണാമ്പ് കണ്ണിൽ തേക്കുന്ന മനുഷ്യൻ!"

കവിമാഷ് പനി പിടിച്ച് കിടപ്പിലായി - സുലോചന ടീച്ചർ കാണാൻ പോയി.

"പകർച്ചപ്പനിയാ, അടുത്തു വരണ്ടാ" - കവി ഓർമ്മിപ്പിച്ചു.

"ഞാൻ ഒരു കാര്യം പറയാനാണ് വന്നത്."

"ഓ, അപ്പോൾ അസുഖം അന്വേഷിക്കാനല്ല"! - കവിമാഷിന്റെ ആത്മ ഗതം -

"എനിക്ക് ഹിന്ദി ടീച്ചറുടെ കൂടെ താമസിക്കാൻ വയ്യ- മറ്റൊരു വീട് കണ്ടുപിടിച്ചു തരണം."

"പനി മാറട്ടെ" - മാഷ് പറഞ്ഞു. ടീച്ചർ പോയി. കവിമാഷിന്റെ പനി മാറി. കുളിച്ചു സ്കൂളിൽ വന്നു തുടങ്ങി. ടീച്ചർക്ക് താമസം മാറാനുള്ള സൗകര്യം ചെയ്തുകൊടുത്തു. തനിച്ച് താമസിക്കാൻ പറ്റിയ ചെറിയൊരു വീട് - കുറച്ചു ദിവസം കഴിഞ്ഞപ്പോൾ വൈകുന്നേരങ്ങളിൽ ടീച്ചർ അവിടെ വെച്ച് അഞ്ചാറ് കുട്ടികൾക്ക് ട്യൂഷൻ എടുക്കാൻ തുടങ്ങി. വിവരം ഹെഡ്മാസ്റ്ററുടെ ചെവിയിലെത്തി ഹെഡ്മാസ്റ്റർ ടീച്ചറെ വിളിപ്പിച്ചു.

"കെ.ഇ.ആർ പ്രകാരം സർവീസിലുള്ളവർ പ്രൈവറ്റ് ട്യൂഷൻ എടു ക്കാൻ പാടില്ല." - ഹെഡ്മാസ്റ്റർ ഓർമപ്പെടുത്തി.

ടീച്ചർ ട്യൂഷൻ നിർത്തി. കവിമാഷാണ് ട്യൂഷൻ വിഷയം ഹെഡ്മാസ്റ്ററെ അറിയിച്ചതെന്ന് ടീച്ചർ സംശയിച്ചു - പിന്നെയങ്ങോട്ട് കവിയെ കാണുമ്പോൾ ടീച്ചർ മുഖം വീർപ്പിക്കും!

കുറേ കഴിഞ്ഞപ്പോൾ ടീച്ചർ വീണ്ടും താമസം മാറ്റി. കൂടാളിയിൽ നിന്ന് പത്തുപതിനഞ്ച് നാഴിക അകലെയുള്ള ഏതോ ലേഡീസ് ഹോസ്റ്റലിലേക്കാണ് പോയത്. കവിയോട് ഇക്കാര്യം പറഞ്ഞില്ല. കവി അന്വേഷിച്ചുമില്ല.

കവിമാഷ് പ്രത്യേകം ആവശ്യപ്പെട്ടതനുസരിച്ച് മാഷിന്റെ സീറ്റ് അധ്യാപകരുടെ സ്റ്റാഫ് റൂമിൽ നിന്ന് സ്കൂളിന്റെ മുന്നിലെ വരാന്തയുടെ കിഴക്കെ അറ്റത്തുള്ള ഒരു ചെറിയ മുറിയിലേക്ക് ഹെഡ്മാസ്റ്റർ മാറ്റിക്കൊടുത്തു. കവിയുടെ എഴുത്തിനും വായനക്കുമുള്ള സൗകര്യം പരിഗണിച്ചാണ് ഇങ്ങനെ ചെയ്തത്.

ഓണം. ക്രിസ്തുമസ്, മധ്യവേനൽ അവധികൾ ആരംഭിക്കുന്ന ദിവസം വൈകുന്നേരം കവിമാഷിന്റെ മുറിക്കു മുന്നിൽ കുട്ടികൾ കൂട്ടം കൂടി നില്ക്കും. അന്ന് കവിയുടെ കീശയിൽ കപ്പലണ്ടിയോ നാരങ്ങമിഠായിയോ ഉണ്ടാകുമെന്ന് അവർക്കറിയാം. അതിലൊരംശം കിട്ടാനുള്ള തത്രപ്പാട് കുട്ടികൾ കാണിക്കും. മിഠായി തീർന്നാൽ കവി നാണയത്തുട്ടുകൾ വാരി മേലോട്ടെറിയും. സമർത്ഥന്മാർ അത് തുള്ളിപ്പിടിക്കും. കവി അതൊക്കെ കണ്ട് രസിക്കും. ഒന്നും കിട്ടിയില്ലെങ്കിലും ആ 'കലാപരിപാടി' യിൽ പങ്കെടുക്കുന്നതുതന്നെ കുട്ടികൾക്ക് ഒരു ഹരമാണ്.

ഒരു ദിവസം സ്കൂൾ വിട്ട് സുലോചന ടീച്ചർ പുറത്തേക്ക് പോയത് കവിമാഷിന്റെ മുറിയുടെ സമീപത്തുകൂടിയാണ്. അപ്പോൾ കുട്ടികളുടെ ഈ 'പ്രകടനം' കാണാനിടയായി. ടീച്ചർ ഒരു നിമിഷം അവിടെ നിന്നു. കുട്ടികളെ രൂക്ഷമായി ഒന്നുനോക്കി. ഒടുവിൽ ടീച്ചർ അതേ ഭാവത്തോടെ കവിയേയും ഒന്ന് നോക്കി.

കവി മന്ത്രിച്ചു - "നാഗയക്ഷി"!

മഹാകവിയുടെ ആത്മകഥയുടെ രണ്ടാം ഭാഗമായ 'എന്നെ തിരയുന്ന ഞാൻ' എന്ന കൃതിയുടെ ഒൻപതാമത്തെ അധ്യായത്തിന്റെ പേര് അതാണ് - നാഗയക്ഷി.

1961 ൽ സ്കൂളിൽ നിന്ന് പോയതിനുശേഷം 1969 ൽ ഗാന്ധിമണ്ഡപത്തിന്റെ ഉദ്ഘാടനത്തിന് വന്നപ്പോഴാണ് കവി സുലോചന ടീച്ചറെ വീണ്ടും കാണുന്നത്.

ടീച്ചർ ചോദിച്ചു- "എന്നെ മനസ്സിലായോ?"

കവിയുടെ ഉത്തരം - "മനസ്സിലായി. പണ്ടേ മനസ്സിലായിരുന്നു."

ആ ഉത്തരത്തിന്റെ ധ്വനി തിരിച്ചറിഞ്ഞ ടീച്ചർ പെട്ടെന്ന് ഉൾവലിഞ്ഞു! 1970 മാർച്ച് 31 ന് ഹെഡ്മാസ്റ്റർ കെ.ടി കുഞ്ഞികേളപ്പൻ നമ്പ്യാരുടെ യാത്രയയപ്പു പരിപാടിയിലും പി. പങ്കെടുത്തു. അന്ന് വളരെ മുൻകൂട്ടി സ്കൂളിലെത്തിയ മഹാകവിയെ സഹപ്രവർത്തകരും ശിഷ്യരുമായ പലരും ആദരവോടെ ചെന്ന് കാണുകയും കുശലാന്വേഷണം നടത്തുകയും ചെയ്തു - പക്ഷേ ഒരാൾമാത്രം ബോധപൂർവ്വം മാറി നിന്നു!

ഭാവനയുടെ പെരുന്തച്ചൻ

മഹാകവി പി. യുടെ ശിഷ്യരും ആരാധകരും നിരൂപകരുമൊക്കെ നിരവധി വിശേഷണങ്ങൾ കവിയുടെ പേരിനൊപ്പം ചാർത്തിയിട്ടുണ്ട്. ഭക്തകവി, കവിമാഷ്, മേഘരൂപൻ, ആപാദചൂഡം കവി - ഇങ്ങനെ പോകുന്നു ആ വിശേഷണ പരമ്പര. എല്ലാം ഔചിത്യപൂർണ്ണവും തീർത്തും അനുയോജ്യവുമാണ്.

ഇതിൽ കൂടാളി ഹൈസ്കൂളിലെ കുട്ടികൾ നല്കിയ 'കവിമാഷ്' എന്ന വിനയാന്വിതമായ വിളിയാണ് കവിക്ക് ഏറ്റവും ഇഷ്ടപ്പെട്ടതെന്ന് അദ്ദേഹം സൂചിപ്പിച്ചിട്ടുണ്ട്. കൂടാളിയിൽ നിന്ന് കൊല്ലങ്കോടേക്ക് പോയപ്പോഴും ആ വിശേഷണം അന്യാധീനപ്പെട്ടില്ല. ജി. ശങ്കരക്കുറുപ്പ്, വൈലോപ്പിള്ളി, ഒ.എൻ.വി, കുട്ടമത്ത് തുടങ്ങിയ നിരവധി മഹാകവികൾ അധ്യാപകരായിരുന്നു. പക്ഷേ അവരാരും കവിമാഷ് എന്ന വിളിപ്പേരിൽ അറിയപ്പെട്ടിരുന്നില്ല. ഒരധ്യാപകന് അവശ്യം ആവശ്യമായ അടിസ്ഥാന വിദ്യാഭ്യാസമോ സാങ്കേതിക പരിശീലനമോ ലഭിക്കാത്ത പി. യാണ് കവിമാഷായി സുപ്രസിദ്ധനായത്. ഒരു നല്ല അധ്യാപകനായി, വിദ്യാഭ്യാസവകുപ്പോ പൊതു സമൂഹമോ പി. ക്ക് അംഗീകാരം നല്കിയിട്ടില്ലെങ്കിലും അദ്ദേഹം മലയാളത്തിലെ പ്രിയപ്പെട്ട കവിമാഷായി അറിയപ്പെട്ടു.

താൻ ചെയ്യുന്ന ജോലിയോട് പരമാവധി ആത്മാർത്ഥതയും സത്യസന്ധതയും പുലർത്തിയെന്ന് കവി എവിടെയും അവകാശപ്പെട്ടിട്ടില്ല. ഒരു അധ്യാപകനാകാൻ കഴിഞ്ഞതിൽ അഭിമാനം കൊള്ളുന്നുവെന്ന് ആത്മനിഷ്ഠമായ ആവേശത്തോടെ പറയുകയോ എഴുതുകയോ ചെയ്തിട്ടില്ല. പ്രത്യുത, " അന്യന്റെ ജാതകക്കുറി കൊത്താൻ " വിധിക്കപ്പെട്ടവനായി പരിതപിക്കുകയാണ് ചെയ്തത്. ചില കവിതകളിലും ആത്മകഥകളിലും ഈ പരിതാപം പരസ്യമായി പ്രകടിപ്പിച്ചിട്ടുമുണ്ട്.

"കണ്ടവരുടെ ജാതകക്കുറി കൊത്തും
ചുണ്ടുകൾ കിളിപ്പാട്ടു പാടുകില്ലിനിമേലിൽ"

അധ്യാപകനായി സർവീസിലിരിക്കേതന്നെ 1961 ൽ പി. എഴുതിയ കവിതയാണ് 'നഗ്നകേരളം'. വിദ്യാഭ്യാസം കച്ചവടച്ചരക്കാക്കി മാറ്റിയ അ

ധികൃതരെ കവി പച്ചയായി വിമർശിക്കുന്നു. മാതൃഭാഷയെ അവജ്ഞ കോടിയിൽ തള്ളി 'ആംഗ്ലേയവിദ്യാറാണിക്കുദ്യാനവിരുന്നേകാൻ' വെമ്പുന്ന പൊതു സമൂഹത്തെ കവി പരസ്യമായി കുറ്റപ്പെടുത്തുന്നു. "മെക്കോളയുടെ മക്കളെ" ന്ന് തന്റെ ശിഷ്യരുടെ മുഖത്തു നോക്കി വിളിക്കുന്നു.

തന്നെ ധിക്കരിച്ച ദേവതകളെ ക്ഷുഭിതനായ ദേശികൻ 'കേരളത്തിൽ പിറക്കട്ടെ' എന്നും ' അധ്യാപകനായി പോകട്ടെ' എന്നും ശപിക്കുന്ന, ഭാവനയിൽ പിറന്ന കവിതയാണ് 'നഗ്നകേരളം'

"കൊടിയനരകത്തിൽ പോയ്

കിടന്നോളാം ഞങ്ങൾ" - എന്ന്, ശിഷ്യൻ ഏറ്റു പറയുമ്പോൾ ഗുരു 'നരകം പോര' എന്ന് ഉറക്കെ പ്രഖ്യാപിക്കുന്നു. അവസാനം സഹിക്കെട്ട്

"ഭാഷാധ്യാപകഹീന-

ജാതിയിൽ പിറക്കട്ടെ!" - എന്നും ശാപ വചസ്സുകൾ കടുപ്പിക്കുന്നു. ശാപമോക്ഷത്തിന്റെ കാലപരിധിയെ കുറിച്ച് ചോദിച്ചപ്പോൾ -

"ഗാന്ധി വീണ്ടുമൊരവതാര -

മെടുത്തുവരുംവരെ" എന്ന് അനിശ്ചിതകാലാവധി നിർണയിക്കുന്നു - ഇതെല്ലാം എഴുതുന്നത് ഒരു ഭാഷാധ്യാപകൻ കൂടിയായ സാക്ഷാൽ കവിമാഷാണ്.

പി. തന്റെ മാസ്റ്റർ പീസായ കളിയച്ഛനിൽ ഗുരുനാഥന്റെ പ്രതീകമായ കളിയച്ഛൻ

"കെട്ടേണ്ട വേഷം മുഖശ്രീ തൊടാത്തവൻ" -

"കെട്ടേണ്ടവേഷമീചൊട്ടിയടരുവോൻ"

"കെട്ടേണ്ടവേഷം ഗുരുശാപമേറ്റവൻ"

"തിരശ്ശീലതൊടേണ്ടകിരീടംചരിഞ്ഞവൻ"

എന്നൊക്കെ കല്പിക്കുന്നു. ഒടുവിൽ,

"ഊരിവലിച്ചെറിഞ്ഞേക്കുകഭോഷ, നി-

ന്നാത്മസമർപ്പണവിഘ്നമിക്കഞ്ചുകം"

എന്ന് കൂടി ശിഷ്യന്റെ ഗുരുത്വക്കേടിൽ സഹിക്കെട്ട് സ്വയം മറന്ന് പറഞ്ഞുപോകുകയാണ് -

ആത്മനിന്ദ തന്റെ കവിതയ്ക്ക് അലങ്കാരമാക്കിയ കവിയാണ് പി. നരബലി എന്ന കവിതയിൽ,

" അവിദ്യാവിദ്യയാലാത്മ -

സംസ്കാരം വിറ്റുതിന്നവൻ

പെറ്റമ്മതൻ ശത്രുവായി
വളരും ഞാൻ മരിക്കണം!"

എന്ന് സ്വയം ശപിക്കുന്നു. കവിയുടെ ഈ സാമൂഹ്യവിമർശന മന്ത്രം ഒരു പുതിയ തന്ത്രമാണ്. ഈ കവിതയിൽ " ഞാൻ മരിക്കണം" എന്ന് പലവട്ടം ആവർത്തിച്ചുപറയുമ്പോൾ ആർക്കും പരിഭവമോ പരാതിയോ ഇല്ല! മറിച്ച് 'ഞാൻ' എന്ന ഒരക്ഷരത്തിനുപകരം 'നീ' എന്ന് പ്രയോഗിച്ചുപോയാലുള്ള 'വിപ്ലവം' എന്തായിരിക്കും? ആ പൊല്ലാപ്പുകൾ ഒഴിവാക്കാൻ തന്ത്രപൂർവം ഞാൻ, ഞാനെന്ന് ആവർത്തിക്കുമ്പോഴും അത് ചെന്ന് കൊള്ളുന്നത് അപരനാണെന്ന സത്യം ആർക്കുമറിയാവുന്നതാണ്!

'സ്വാതന്ത്ര്യോദയഭാസ്ക്കരന്റെ' വെള്ളി വെളിച്ചം സർവ്വത്ര വ്യാപരിച്ചിട്ടും -

മനോരാജ്യം കയ്യടക്കി
വാഴുമാംഗ്ലേയഭാഷതൻ
ദാസിയായികഴിയുംനാട്ടു-
ഭാഷതൻമകനാണിവൻ!

ന്യായമായും ഒരു ഭാഷാധ്യാപകന്ന് ഉണ്ടാകേണ്ടുന്ന, ആശങ്ക തന്നെയാണിത്. (ഭാഷ എന്ന പദത്തിന് മലയാളഭാഷ എന്നുകൂടി വിവക്ഷയുണ്ടല്ലോ!)

പി. യുടെ ഭാവനാവിലാസം അന്യാദൃശവും അനുപവവുമാണ്. മറ്റേതെങ്കിലും കവിയെ അനുകരിക്കാൻ പി. ശ്രമിച്ചിട്ടില്ല. ഈ പരന്ന ഭൂമിയിലും തുറന്ന ആകാശത്തിലും പി. ക്ക് സംവദിക്കാൻ വേണ്ടത്ര ഇടമുണ്ട്. പിന്നെന്തിന് മറ്റുള്ളവരുടെ കാൽപാടുകൾ അനുഗമിക്കണം?

കവിതയുടെ ഇതിവൃത്തത്തിലും അവതരണത്തിലും പി. തന്റേതായ ശൈലി സ്വീകരിച്ചു. തനിക്ക് ഏറ്റവും ഇഷ്ടപ്പെട്ട കവിത 'സൗന്ദര്യപൂജ 'യാണെന്ന് കവി തന്നെ സാന്ദർഭികമായി പറഞ്ഞിട്ടുണ്ട്.

യാത്രചോദിച്ചുപോകാനായ്
മണിമുറ്റത്തുനില്ക്കയായ്
പെരുമാളുടെ പൊന്നോണ-
വില്ലുചൂടിയതുമ്പകൾ!

കസ്തൂരിക്കുറി പൂശുന്ന
വരമ്പിൻ വക്കിലൊക്കെയും
കാൽവെപ്പിനാൽ പൂനിരത്തി

രമ്യശാരദകന്യക!

എന്നിങ്ങനെ ഓണ വരവിനെ വിളിച്ചറിയിക്കുന്ന പി. യുടെ വരികൾ ഓണപ്പൂക്കളെപോലെ തന്നെ വർണപ്പൊലിമയുള്ളവയാണ്.

ചളിപ്പാടത്തുതാരകൾ
പിടിതാളുപെറുക്കവേ
അലക്കിത്തേച്ചകുപ്പായ -
മിട്ടുലാത്തുന്നുവെൺമുകിൽ!

പൊൻതാഴികക്കുടംചൂടി
നിൽക്കുന്നുദേവപൂജതൻ
വാദ്യഘോഷം മുഴങ്ങുന്ന
വെളിച്ചത്തിന്റെ അമ്പലം!

അമ്പലത്തിലെ വെളിച്ചമല്ല; വെളിച്ചത്തിന്റെ അമ്പലം, ഈ പ്രയോഗത്തിന്റെ വശ്യത അനന്യമായ അനുഭൂതിയാണ് പ്രദാനം ചെയ്യുന്നത്.

രാക്കരിക്കിൻകണ്ണുകുത്തി -
ത്തള്ളും വെള്ളം തെറിക്കവേ
ചിരിച്ചുകൊണ്ടൊന്നുകണ്ണു
ചിമ്മിപ്പോയ് പുലർതാരക!

ഇങ്ങനെ തൂണിലും തുരുമ്പിലും കവിത വിളയിക്കുന്ന പി. ഭാവനയുടെ പെരുന്തച്ചൻ തന്നെ.

തുലാവർഷക്കാറിനുള്ളിൽ
മിന്നുംപൊൻനൂലുപോലെയും
തിളങ്ങിനില്ക്കും സൗന്ദര്യ
ദേവതേ, കവിതേ വരൂ.

(രഥോത്സവം)

ഇങ്ങനെ മഴക്കാറിനുള്ളിൽ പൊൻനൂലുപോലെ മിന്നിത്തിളങ്ങുന്ന പി. യുടെ ഭാവനാ വിലാസത്തെ ഉദാഹരിക്കാൻ ബഹു സഹസ്രം വരികളുണ്ട്.

എട്ടു വർഷക്കാലം തൃശ്ശൂരിൽ താമസിച്ചിട്ടും വടക്കുംനാഥ ക്ഷേത്രത്തിന്റെ മുന്നിലൂടെ പലതവണ നടന്നുപോയിട്ടും ഒരു നിമിഷം നിന്നു തൊഴാത്ത ആളാണത്രെ പി! സി.പി. ശ്രീധരന്റെ നാട്ടുകാരനായ ഒരു നമ്പീശനാണ് കവിയെ ആദ്യമായി ഗുരുവായൂരിൽ കൂട്ടിക്കൊണ്ടു പോയത്. ഈ യാത്രയോടെയാണ് പി. ഗുരുവായൂരപ്പന്റെ പരമഭക്തനാകുന്നതും.

അനന്തൻ കാട്ടിൽ, ഭദ്രദീപം, താമരമാല, തുടങ്ങിയ കവിതകൾ ഉൾപ്പെടുത്തി 'തിരുമുടിമാല' എന്ന പേരിൽ ഗുരുവായൂർ ദേവസ്വം ഒരു കവിതാസമാഹാരം പ്രസിദ്ധീകരിച്ചതുമൊക്കെ അനുബന്ധ സംഭവങ്ങളാണ്.

മാണിക്യമണിയാമുണ്ണി -
സൂര്യന്നായുസ്സു നീളുവാൻ
സ്വർണംകൊണ്ടു തുലാഭാരം
തൂക്കുന്നുപുലർവേളകൾ!

കിഴക്കെനെടവിട്ടെങ്ങും
പോകാത്തൊരരയാൽ മരം
ഇലക്കൈവിരലാലെണ്ണി
നാമംചൊല്ലുന്നു രാപ്പകൽ......

കേൾക്കുമ്പോൾ കൈകൂപ്പിപ്പോകുന്ന ഇത്തരം വരികൾ കവിയുടെ പരമമായ ഭാവനയുടെ മകുടോദാഹരണങ്ങളാണ്.

ആഴിയും ആറും അരുവിയുമൊക്കെ മിക്കവാറും എല്ലാ കവികളുടേയും ദൗർബല്യമാണ്. അവയൊക്കെ കവിഭാവനയ്ക്ക് നിറം ചാർത്തുന്നവയുമാണ്. എന്നാൽ മാസത്തിൽ രണ്ടു തവണയെങ്കിലും കണ്ണൂരിൽ നിന്ന് തെക്കോട്ട് വണ്ടി കയറുന്നത് നിളയുടെ തീരത്ത് ഇരിക്കാനും ഭാരതപ്പുഴയുടെ മണൽത്തിട്ടിൽ മലർന്നു കിടക്കാനുമാണ് . അങ്ങനെ അനിർവചനീയമായ ആത്മനിർവൃതിയിൽ ആറാടാനാണ്.

"കെട്ടേണ്ട പാഴ്‌വല വെല്ലസ്ലി കോട്ടയം
കാട്ടിലെ പൊൻപുള്ളിമാനെ പിടിക്കുവാൻ" - എന്ന് ബ്രിട്ടീഷ് ഭരണകാലത്ത് വെല്ലസ്ലി പ്രഭുവിനെ ഓർമ്മിപ്പിച്ച പി. ദേശീയതയുടെ മൂർത്തരൂപമാണ്. കവിയുടെ കറപുരളാത്ത ഖാദി വസനങ്ങൾ ഗാന്ധിബോധത്തിന്റെയും ദേശഭക്തിയുടെയും പ്രതീകങ്ങളത്രെ. മാലയിൽ നൂലെന്നപോലെ ഗാന്ധിയൻ ദർശനങ്ങൾ വ്യാപരിക്കുന്ന പി. കവിതകൾ ഏറെയുണ്ട്. വെളിച്ചമേ നയിച്ചാലും, ചർക്കയുടെ പാട്ട്, ഗാന്ധിഗ്രാം - അതെവിടെ?, ഇന്ത്യയുടെ ഭൂപടം, പാവങ്ങളുടെ ദൈവം തുടങ്ങിയവ ശ്രദ്ധേയമായ ചിലതു മാത്രം.

മൂകകോടികളെപോറ്റും
കാമധേനുക്കൾ ചർക്കകൾ - എന്ന് കവി നിരീക്ഷിക്കുന്നു. പക്ഷേ, ഇന്ന് ചർക്ക വെറുമൊരു പുരാവസ്തു മാത്രമായി മാറിയിരിക്കുന്നു!

വെൺചിതൽതിന്നുമുക്കാലുമദൃശ്യമായ്
ഗാന്ധിത്തലയുള്ളൊരിന്ത്യതൻ ഭൂപടം

ഈ വരികൾ വായിക്കുമ്പോൾ മാത്രമാണ് ഗാന്ധി ശിരസ്സും രാജ്യത്തിന്റെ ഭൂപടവും തമ്മിലുള്ള സാദൃശ്യം നാം ഓർക്കുന്നത്. ഗാന്ധിജി മഹാകവിക്ക് രാഷ്ട്രപിതാവ് മാത്രമല്ല. കരളിനെ കുളിരണിയിക്കുന്ന ഒരു പരിശുദ്ധവികാരവുമാണ്. 'ഇന്ത്യയിൽ ഒരു ഹിമാലയമേ ഉള്ളൂ എന്നത് ചരിത്രപരമായ ഒരു നുണയാ'-ണെന്ന് പി. പറയുന്നു. രണ്ട് ഹിമാലയമുണ്ടെന്ന് 'സ്വതന്ത്ര ഭാരതം" എന്ന കവിതയിൽ കവി സമർത്ഥിക്കുന്നു.

"ഒന്ന്മണ്ണിനൂന്നായ് നില്ക്കുന്ന സാക്ഷാൽ ഹിമാലയം
മറ്റേതോയീസത്യശുഭ്രമൂർത്തി ഗാന്ധിജി"

ഗാന്ധിജിയുടെ മുഖമുള്ള നാണയമോ നോട്ടോ കിട്ടിയാൽ അത് നെറ്റിയോടടുപ്പിച്ച് ഒന്ന് വന്ദിച്ചതിന്നുശേഷമേ കവി ജുബ്ബയുടെ കീശയിൽ നിക്ഷേപിക്കുകയുള്ളൂ.

ഗാന്ധിജിയുടെ ചിരകാല സ്വപ്നമായ ഗാന്ധിഗ്രാം അതെവിടെയെന്ന് പി. യുടെ മൂർച്ചയുള്ള ചോദ്യം ചോദ്യമായിത്തന്നെ ഇന്നും അവശേഷിക്കുന്നു.

"പട്ടിണിപേയ്മാറ്റിയോ
രഗ്രശാലയിലിപ്പോൾ
എട്ടുകാലികൾമുണ്ടും
വിരിച്ചുകിടക്കയാം"

ഗാന്ധിഗ്രാം എന്ന സ്വപ്നം അന്യവല്ക്കരിക്കപ്പെട്ടതായി കവി തിരിച്ചറിയുന്നു.

ദേശീയ കവിയായ മഹാകവി വള്ളത്തോളിനെ പി. ഗുരുവായി ആരാധിക്കുന്നു.

ആ ആരാധനയുടെ ആവേശത്തിലാണ് ഒറ്റപ്പാലം കവി സമ്മേളനത്തിന് പോയപ്പോൾ 'കളിയച്ഛ'നോടൊപ്പം അദ്ദേഹം വള്ളത്തോളിന്റെ തൃപ്പാദങ്ങളിൽ സാഷ്ടാംഗം പ്രണമിച്ചത്.

"അപ്പപ്പോൾ ചെയ്യുന്ന പാപങ്ങൾക്കൊക്കെയും
ഇപ്പശ്ചാത്താപമേ പ്രായശ്ചിത്തം!"

എന്ന് വള്ളത്തോൾ തന്റെ "മഗ്ദലനമറിയം" എന്ന ഖണ്ഡകാവ്യത്തിൽ പറഞ്ഞിട്ടുണ്ട്. ആ വള്ളത്തോൾ സ്വാധീനം 'കളിയച്ഛ'ന്റെ രചനയെ സ്വാധീനിച്ചിരിക്കാം.

കേവലം സ്വപ്നസഞ്ചാരിയാകുകയല്ല, സർവജീവചരാചരങ്ങളുടേയും, പ്രകൃതിയുടേയും, നാക്കുംവാക്കുമായി പോരാടുകയായിരുന്നു പി. യെന്ന് ആ കവിതകളിലൂടെ ഒരു തീർത്ഥയാത്ര നടത്തിയാൽ ആർക്കും തിരിച്ചറിയാൻ കഴിയും.

ഷഷ്ടിപൂർത്തിസ്മാരക ഗ്രന്ഥമായി 1966 ൽ എൻ.ബി.എസ് പ്രസിദ്ധീകരിച്ച 'താമരത്തോണി' യുടെ 'മരണമില്ലാത്ത കവിത' എന്ന സി.പി ശ്രീധരന്റെ അവതാരികയിൽ പറയുന്നത് നോക്കുക -

" ആധുനിക മലയാള സാഹിത്യത്തിലെ ഒരത്ഭുത പ്രതിഭാസമാണ് മഹാകവി പി. കുഞ്ഞിരാമൻനായർ. ഭാവനാകുബേരനായ പി. യുടെ ഇമേജറിയെകുറിച്ച് അചുംബിതങ്ങളായ അലങ്കാരങ്ങളുടെയും വളയമില്ലാ ചാട്ടങ്ങളേയും കുറിച്ച് ഒന്നും പറയേണ്ടതില്ല. ബിംബങ്ങളുടെ ഘോഷയാത്രകൊണ്ട്, അലങ്കാരങ്ങളുടെ വർണപ്പകിട്ടുകൊണ്ട് വികാരസാഗരതീരത്ത് പൂരംകുളി നടത്തുകയാണ് പി."

കിളി കൂടു മാറുന്നു

വടക്കേ മലബാറിൽ സാഹിത്യത്തിന് വളക്കൂറില്ലെന്നത് പൊതുവെ അംഗീകരിക്കപ്പെട്ട ഒരു നഗ്നസത്യമായിരുന്നു. പേരുകേട്ട പ്രസിദ്ധീകരണ ശാലകൾ മലബാറിൽ കുറവായിരുന്നു. അതുകൊണ്ടു തന്നെ പി . ക്ക് താനെഴുതിയ ലേഖനങ്ങളും കവിതകളും സമാഹരിച്ച് പ്രസിദ്ധീകരിക്കാൻ വ്യക്തികളെയോ ചെറുകിട പ്രസിദ്ധീകരണശാലക്കാരെയോ ആശ്രയിക്കേണ്ടി വന്നു.

കവിയുടെ ആദ്യകാല കവിതാ സമാഹാരമായ വാസന്തിപ്പൂക്കൾ (1951) പ്രസിദ്ധീകരിച്ചത് കൂടാളി ഹൈസ്കൂളിനടുത്തുള്ള കൂടാളി യു.പി സ്കൂൾ മാനേജറായിരുന്ന കെ.ടി ഗോവിന്ദൻ നമ്പ്യാരുടെ സാമ്പത്തിക സഹായത്തോടെയാണ്. പുസ്തകം വിറ്റ് കടം തീർക്കാമെന്നായിരുന്നു കരാറെങ്കിലും അത് പ്രായോഗികമായില്ല. വാസന്തിപ്പൂക്കൾക്കു ശേഷം, പൂമ്പാറ്റകൾ (1952), മണിവീണ (1953) എന്നിങ്ങനെ രണ്ട് കവിതാസമാഹാരങ്ങൾ കൂടി പ്രസിദ്ധീകരിക്കാൻ കവിക്ക് ഗോവിന്ദൻ നമ്പ്യാരെ ആശ്രയിക്കേണ്ടി വന്നു. കവിക്ക് സ്വന്തം കൃതികൾ നടന്നു വിൽക്കുന്നത് ശ്രമകരമായതുകൊണ്ട് മകനെയും മകന്റെ കൂട്ടുകാരെയും മറ്റുമാണ് അതിന് നിയോഗിച്ചത്. എന്നാൽ പദ്ധതി വേണ്ടത്ര വിജയിച്ചില്ല! കടം കൂടി വന്നു. എഴുത്തെന്ന സപര്യ അനുസ്യൂതം തുടരുന്നതുകൊണ്ട് മാറ്റർ കെട്ടി കിടക്കുന്നു. ഈ സാഹചര്യത്തിൽ എഴുതുന്നതും എഴുതാനിരിക്കുന്നതുമായ എല്ലാ പുസ്തകങ്ങളുടെയും പകർപ്പാവകാശം ഗോവിന്ദൻ നമ്പ്യാർക്ക് രേഖാമൂലം കൊടുക്കേണ്ടി വന്നു. അവസാനം കവിക്ക് കാഞ്ഞങ്ങാട് ഭാഗിച്ചു കിട്ടിയ ഭൂസ്വത്ത് വിറ്റ കാശുകൊണ്ട് കടം വീട്ടിയതിനു ശേഷമാണ് പകർപ്പവകാശം തിരിച്ചു കിട്ടിയതത്രെ!

കവിയുടെ കുറേ ആദ്യകാല കൃതികൾ പ്രസിദ്ധീകരിച്ചത് കോഴിക്കോട് പി.കെ. ബ്രദേർസ് ആയിരുന്നു. ഗദ്യവും പദ്യവുമായി പി. യുടെ രചനകൾ കടലലകൾ പോലെ ഒന്നിനു പിറകെ ഒന്നായി രൂപപ്പെടുമ്പോൾ കവിയുടെ തന്നെ ഭാഷയിൽ 'അവയെ കര പറ്റിക്കാൻ' നിരന്തരം കോഴിക്കോട് - തൃശ്ശൂർ ഭാഗങ്ങളിലേക്ക് യാത്ര ചെയ്യേണ്ടി വന്നു. അവധി ദിവസങ്ങളെല്ലാം ഈ യാത്രയ്ക്ക് വിനിയോഗിച്ചു. ഈ പശ്ചാത്തല

ത്തിലാണ് കവി ഒരു കൂടു മാറ്റത്തെ കുറിച്ച് ആലോചിക്കുന്നത്.

കേരള സംസ്ഥാന രൂപീകരണത്തിനു മുമ്പുതന്നെ സാംസ്കാരിക തലസ്ഥാനം തൃശ്ശൂർ ആയിക്കഴിഞ്ഞിരുന്നു. സാഹിത്യ-സാംസ്കാരിക പരിപാടികൾ ഏറെയും നടക്കുന്നത് മധ്യകേരളത്തിലാണ് അതുകൊണ്ടു കവിമാഷിന് ആഴ്ചയിൽ ഒരുവട്ടമെങ്കിലും തെക്കോട്ടുള്ള വണ്ടിക്ക് യാത്ര ചെയ്യണം. തിരിച്ചു വരുന്നത് എപ്പോഴെന്ന് കവിക്കു തന്നെ നിശ്ചയമുണ്ടാകില്ല. അങ്ങനെ 'ചോറിങ്ങും കൂറങ്ങും' എന്ന പഴയചൊല്ല് അന്വർത്ഥമാക്കുന്ന വല്ലാത്തൊരു പ്രതിസന്ധിയിലും ആത്മസംഘർഷത്തിലുമായിരുന്നു പി. ഒരു ദിവസം ഒരു സഹപ്രവർത്തകൻ അല്പം തമാശയായി ചോദിച്ചു - " എങ്കിൽ കവിക്ക് തെക്ക് തന്നെ എവിടെയെങ്കിലും താമസിച്ചുകൂടെ?"

ഉരുളയ്ക്കുപ്പേരിയെന്ന മട്ടിൽ ഉത്തരം വന്നു " എന്നെ തെക്കോട്ടയക്കാൻ താങ്കൾക്ക് ധൃതിയായി. അല്ലേ"?

അതിന്റെ ദ്വയാർത്ഥം മനസ്സിലാക്കിയ ചോദ്യകർത്താവ് മൗനം ഭജിച്ചു.

സത്യത്തിൽ കവിയുടെ മനസ്സിലും അങ്ങനെയൊരു ആശയം ഉണ്ടായിരിക്കാം. സഹപ്രവർത്തകന്റെ ചോദ്യത്തോടെയാണ് ഈ ആശയത്തിന് ചിറക് മുളച്ചത്. കവിയുടെ ഭാഷയിൽ "അന്യന്റെ ജാതകക്കുറി കൊത്തുന്ന" അധ്യാപകനാകാൻ, ഇല്ലാത്ത യോഗ്യത ഉണ്ടെന്ന സാക്ഷ്യപത്രം വാങ്ങിത്തന്ന, സ്ഥിരവരുമാനമുള്ള ഒരു ജോലി വിളിച്ചു തന്ന സർവാദരണീയനായ സ്കൂൾ മാനേജരെ ഈ വിഷയവുമായി സമീപിക്കുന്നതിനെ കുറിച്ച് ചിന്തിക്കാൻ പോലും കവിക്ക് കഴിയുമായിരുന്നില്ല. എങ്കിലും ഒരു ദിവസം മാനേജരുമായുള്ള സൗഹൃദ സംഭാഷണത്തിന്നിടയിൽ തികച്ചും യാദൃച്ഛികമായി കവി ഈ വിഷയം സൂചിപ്പിച്ചു. മാനേജറിൽ നിന്നും പ്രതീക്ഷിച്ചതുപോലെ ശക്തമായ നിഷേധത്തിന്റെ ഭാവപ്രകടനമുണ്ടായില്ല. " ഞെക്കിയാൽ പഴുക്കുമെന്ന് " കവിക്ക് തോന്നി. അതിനെക്കുറിച്ച് രണ്ടുപേരും പിന്നീടൊന്നും പറഞ്ഞില്ല. കവി പതിവുപോലെ യാത്ര പറഞ്ഞിറങ്ങി. പിന്നെയെല്ലാം പെട്ടെന്നായിരുന്നു.

അടുത്ത ആഴ്ച കവി കണ്ണൂരിൽ നിന്ന് മദ്രാസ് മെയിലിൽ കയറി. കൊല്ലങ്കോട്ട് ഇറങ്ങി. കൊല്ലങ്കോട്ട് രാജാസ് ഹൈസ്കൂളിന്റെ മാനേജർ വലിയ രാജാ വി. വേണുഗോപാലവർമയെ ചെന്നു കണ്ടു. സ്കൂളിലുള്ള ഭാഷാധ്യാപകന്റെ ഒഴിവിലേക്ക് തന്നെ പരിഗണിക്കണമെന്ന് അപേക്ഷിച്ചു. തേടി വരുന്ന മഹാഭാഗ്യം സ്വീകരിക്കാത്തവർ ആരുണ്ട്. രാജാവിന് സന്തോഷം മാത്രം. പക്ഷേ കവി കൂടാളിയിൽ പ്രശ്നക്കാരനായതുകൊണ്ടാണോ ഈ ചുവട് മാറാനുള്ള താത്പര്യം? രാജാവ് സംശയ

മുന്നയിച്ചു!

കൂടാളിയിൽ ഒരു പ്രശ്നവുമില്ല. ഹെഡ്മാസ്റ്റർ നല്ല തങ്കം പോലെയുള്ള മനുഷ്യൻ. മാനേജർ അദ്ദേഹത്തിന്റെ അമ്മാവൻ. എന്റെ സ്വന്തം ആൾ. എന്നിലെ കവിയെ ഓർത്ത് അദ്ദേഹം സമ്മതിച്ചേക്കും. അല്ല സമ്മതിക്കും. ആ വിശ്വാസത്തിലാണ് ഈ ആവശ്യം ഉന്നയിക്കുന്നതെന്ന് രാജാവിനെ വിശ്വസിപ്പിച്ചു. അങ്ങനെ രാജാവ് സമ്മതം മൂളി. രണ്ട് ദിവസം കഴിഞ്ഞ് കവി കൂടാളിയിൽ തിരിച്ചെത്തി.

കവി കൂടാളിയിലെ കൂടൊഴിയുന്നുവെന്ന കാര്യം പരമ രഹസ്യമായി വെച്ചു. എന്നാൽ സന്തതസഹചാരിയും കവിയുടെ രഹസ്യങ്ങളുടെ സൂക്ഷിപ്പുകാരനുമായ ഹിന്ദി മാഷ് കവിയുടെ ഈ നീക്കം എങ്ങനെയോ മണത്തറിഞ്ഞു -

ഒരു ദിവസം അദ്ദേഹം മറ്റാരും കേൾക്കാതെ കവിയോട് ചോദിച്ചു -

" ഞങ്ങൾ എന്ത് ദ്രോഹമാണ് അങ്ങയോട് ചെയ്തത്"? അങ്ങ് ഒരു ട്രാൻസ്ഫറിന് ശ്രമിക്കുന്നുണ്ട് അല്ലേ" ? കവിയുടെ ഉത്തരം പെട്ടെന്നായിരുന്നു -

"അങ്ങനെ എന്തെല്ലാം അപവാദങ്ങൾ എന്റെ പേരിൽ പ്രചരിക്കുന്നു?"

"കൂടാളിയിലെ കൂട്ടിലെ തത്തയാണ് താനെന്ന് അങ്ങ് പലപ്പോഴും പറയാറുണ്ട്. എന്നാൽ അങ്ങ് അവിടെ പോയാവും കൂട്ടിലെ തത്ത തന്നെയായിരിക്കും. കൊല്ലങ്കോട് പോയാൽ രാജാവിന്റെ കാഞ്ചനക്കൂട്ടിലെ തത്തയായിരിക്കും എന്ന് മാത്രം"

"ബന്ധുരകാഞ്ചനക്കൂട്ടിലാണെങ്കിലും
ബന്ധനം ബന്ധനം തന്നെ പാരിൽ" എന്ന് താങ്കളെപോലുള്ള ഒരു കവി തന്നെയാണല്ലോ എഴുതിയത്."

ഇയാൾ എല്ലാം ചോർത്തിയെടുത്തെന്നും ഇനി നിഷേധിച്ചിട്ട് കാര്യമില്ലെന്നും കവിക്ക് മനസ്സിലായി.

"എന്നാൽ ഞങ്ങൾ കുറച്ചു പേർ അങ്ങയെ ഇവിടെ പിടിച്ചു കെട്ടാൻ തന്നെയാണ് തീരുമാനിച്ചിട്ടുള്ളത്. 60 വയസ്സിന് മുമ്പ് (അന്ന് റിട്ടയർമെന്റ് പ്രായം 60 വയസ്സായിരുന്നു) ഇവിടെ നിന്ന് രക്ഷപ്പെടാൻ നോക്കണ്ട" - ഹിന്ദി മാഷ് മുന്നറിയിപ്പ് നല്കി. കവി ചൂടായി -

"അല്ലെങ്കിലും താനൊക്കെ എന്നെ ദ്രോഹിക്കാനായി പിറന്നതാണ്. പത്തുപന്ത്രണ്ട് വർഷമായി ഈ കൂടാളിയെന്ന കൂട്ടിൽ കഴിയുന്നു. എനിക്ക് പറക്കണം. തുറന്ന വിഹായസ്സിൽ പറക്കണം - ദയവുചെയ്ത് ദ്രോഹിക്കരുത്! - രാമകൃഷ്ണൻ മാസ്റ്ററുടെ രണ്ട് കൈകളും കൂട്ടിപ്പിടിച്ചു കൊണ്ട് കവി അപേക്ഷിച്ചു. കവി നിരുദ്ധകണ്ഠനായി -

ഹിന്ദി മാഷ് പിന്നെയൊന്നും പറഞ്ഞില്ല. പക്ഷേ, ആ രഹസ്യം എ

ങ്ങനെയോ പരസ്യമായി!

കവിയുടെ ശിഷ്യരായ കുറേ പൂർവ്വ വിദ്യാർത്ഥികളുടെ ഒരു സംഘം കവിയെ കണ്ടു - കവിയോട് പോകരുതെന്ന് പറയാൻ. രക്ഷിതാക്കളുടെ മറ്റൊരു സംഘവും കവിയെ സമീപിച്ചു. എല്ലാവരോടും കവി വാർത്ത നിഷേധിച്ചു! സ്നേഹപൂർവ്വം മടക്കി അയച്ചു. കവി എത്ര നിഷേധിച്ചാലും 1961 ലെ മധ്യ വേനൽ അവധി കഴിയുമ്പോഴേക്ക് കവി സ്ഥലം വിടുമെന്ന് എല്ലാവരും ഊഹിച്ചു. എന്നാൽ സ്കൂൾ ജൂൺ 1 ന് തുറന്നപ്പോഴും അതാ കവിമാഷ് സ്കൂളിൽ തന്നെയുണ്ട്!

കവി പതിവു പോലെ സ്കൂളിൽ വന്നു. ഓഫീസിൽ പോയി ഒപ്പിട്ടു. ക്ലാസ്സിൽ പോയി. എന്നാൽ 'മനസ്സിങ്ങും വപുസ്സങ്ങും' എന്ന് തോന്നിക്കുന്നതായിരുന്നു കവിയുടെ പ്രകൃതം. നളചരിത കർത്താവ് പാടിയതുപോലെ -

"ഊണിന്നാസ്ഥകുറഞ്ഞു,
നിദ്രനിശയിങ്കൽ പോലുമില്ലാതെയായ്!"

ക്രമേണ ആ വാർത്ത തേഞ്ഞുമാഞ്ഞു. കവി പോയില്ല. സ്റ്റാഫ് അംഗങ്ങളിൽ ഫലിത സാമ്രാട്ടായ നരേന്ദ്രൻ മാഷ് പറഞ്ഞു - " അല്ലെങ്കിലും ഇദ്ദേഹത്തെ നമ്മൾ സഹിക്കുന്നതുപോലെ മറ്റാർക്കാണ് സഹിക്കാൻ കഴിയുക" - കേട്ടവർ ചിരിച്ചു. ഒപ്പം കവിയും.

ആഗസ്ത് ആദ്യവാരത്തിൽ കവിമാഷ് രണ്ട് ദിവസം ലീവായിരുന്നു. ലീവ് കഴിഞ്ഞ് വന്ന ദിവസം ബസ് സ്റ്റോപ്പിൽ ബസ്സിറങ്ങിയ കവി നേ

രെ പോയത് താഴത്തുവീട്ടിലേക്കാണ് - മാനേജറെ കാണാൻ. കയ്യിലൊരു കവറുണ്ടായിരുന്നു. അത് കവിയുടെ ഇന്റർ മാനേജ്മെന്റ് ട്രാൻസ്ഫറിന്റെ ഓർഡർ ആയിരുന്നു.

കവി സ്കൂളിലെത്തി. ഉത്തരവിന്റെ കോപ്പി ഹെഡ്മാസ്റ്റർക്കും കൊടുത്തു. അദ്ദേഹം അത് വായിച്ച് കവിയെ നോക്കി -

" ഇത് ഇത്രവേഗം കിട്ടിയോ?"

അത് പറയുമ്പോൾ ഹെഡ്മാസ്റ്ററുടെ വാക്കുകൾക്ക് വല്ലാത്തൊരു വിഷാദത്തിന്റെ സ്വരഭേദമുണ്ടായിരുന്നു! കവി, തലകുനിച്ചു നിന്നു.

" പണ്ഡിറ്റ് പി. ഗോപാലൻ നായരുടെ ശുപാർശ കൊണ്ടാണ് കാര്യം വേഗം സാധിച്ചത് "- കവി സ്വരം താഴ്ത്തിപ്പറഞ്ഞു.

കൂടുതലൊന്നും കേൾക്കാൻ താല്പര്യമില്ലാത്തതുകൊണ്ട് ഹെഡ്മാസ്റ്റർ മൗനം പാലിച്ചു!

" നാളെ റിലീവ് ചെയ്യാം" കവി തലയാട്ടി.

ഹെഡ്മാസ്റ്റർ, സ്റ്റാഫ് സെക്രട്ടറി രാമചന്ദ്രൻ മാഷെ വിളിപ്പിച്ചു. ഓർഡർ കാണിച്ചു. അടുത്ത ദിവസം കവിക്ക് യാത്രയയപ്പു നല്കണം. ഹെഡ്മാസ്റ്റർ നിർദ്ദേശിച്ചു.

പിന്നെയെല്ലാം പെട്ടെന്നായിരുന്നു. വാർത്ത എല്ലാവരും അറിഞ്ഞു. ചിലർ സ്കൂൾ വിട്ട ഉടനെ കവിയെ കാണാൻ പോയി. പക്ഷേ, അദ്ദേഹം സ്ഥലം വിട്ടിരുന്നു!

അടുത്ത ദിവസം രാവിലെ കവി വന്നു. അധ്യാപകർ പലരും കവിയെ കണ്ട് വിഷമം അറിയിച്ചു. കവിയുടെ ക്ലാസ്സിലെ കുട്ടികളിൽ ചിലർ മാഷിന്റെ കാൽ തൊട്ടു വന്ദിച്ചു. ചിലരുടെ കണ്ണുകൾ ഈറനണിഞ്ഞു. കവി നിസംഗനായി ഇരുന്നു.

അന്ന് വൈകുന്നേരം മെയിൻ ഹാളിൽ കവിക്ക് യാത്രയയപ്പ്. വളരെ ലളിതമായ ഒരു ചടങ്ങ്. ഹെഡ്മാസ്റ്റർ അധ്യക്ഷൻ. സ്റ്റാഫ് സെക്രട്ടറി സ്വാഗതം പറഞ്ഞു. കവിമാഷ് പോകുന്നതിന്റെ വിഷമം ആമുഖമായി അവതരിപ്പിച്ചു. തുടർന്ന് അധ്യക്ഷന്റെ ഹ്രസ്വമായ എന്നാൽ വികാരനിർഭരമായ പ്രസംഗം.

" മഹാകവി പി. നമ്മെ വിട്ടു പോകുകയാണ്. അദ്ദേഹത്തെ പിടിച്ചു നിർത്താൻ പരമാവധി ശ്രമിച്ചു. പോകാൻ അനുവദിക്കരുതെന്ന് മാനേജരോടും പറഞ്ഞതാണ്. പക്ഷേ, കവിക്ക് പോയേ പറ്റൂ. ഒരു കവിയുടെ സഞ്ചാരപഥം നാം മുടക്കരുതല്ലോ. ഈ കൂടുമാറ്റം അദ്ദേഹത്തിന്റെ കാവ്യസപര്യയ്ക്ക് ഏറെ ഗുണം ചെയ്യുമെങ്കിൽ, നന്നായി. വടക്കൻ കേരളത്തിൽ കവിതയ്ക്കും സാഹിത്യത്തിനും വളക്കൂറില്ല എന്നാണ് അദ്ദേഹത്തിന്റെ വാദം. ഞാൻ അതിനോട് യോജിക്കുന്നില്ല. ചെറുശ്ശേരിയും മ

ഹാകവി കുട്ടമത്തും വടക്കുള്ളവരാണ്. കേസരിയും ചന്തുമേനോനും സഞ്ജയനുമെല്ലാം കേരള സാഹിത്യത്തിൽ സ്ഥിരപ്രതിഷ്ഠ നേടിയവരാണ്. അവരെല്ലാം വടക്കരാണ് – കവിക്ക് എല്ലാ നന്മകളും നേരുന്നു. ഇ.എം ദാമോദരൻ നമ്പ്യാർ, എം.കെ. രാമകൃഷ്ണൻ, പി. കൃഷ്ണൻ മാസ്റ്റർ തുടങ്ങിയ ചുരുക്കം ചിലർ മാത്രമേ സംസാരിച്ചുള്ളൂ. അധ്യാപികമാരിൽ ആരും സംസാരിച്ചില്ല. 'സുലോചന ടീച്ചർ' യോഗത്തിൽ പങ്കെടുത്തില്ല. അപ്പോഴൊക്കെ, താൻ ഒരു മഹാപരാധം ചെയ്തതുപോലെ കവി മുഖവും താഴ്ത്തി ഇരിക്കുകയായിരുന്നു.

പെട്ടെന്നാണ് അധ്യക്ഷൻ പ്രതിവാദനത്തിനായി കവിയെ ക്ഷണിച്ചത്. കാവ്യമയവും ധ്വന്യാത്മകവുമായിരുന്നു കവിയുടെ സംസാരം – "ഇന്നല്ലെങ്കിൽ നാളെ നമുക്കെല്ലാം ഇവിടംവിട്ടു പോകേണ്ടി വരും. ഞാൻ അല്പം നേരത്തേ പോകുന്നുവെന്ന് മാത്രം. അതെന്റെ സ്വാർത്ഥമാണ്. എവിടെയും അടങ്ങിയിരിക്കാനറിയാത്ത ഞാൻ എങ്ങനെ ഇവിടെ 12 വർഷം കഴിച്ചുകൂട്ടി എന്നത് അത്ഭുതമാണ്. നിങ്ങളുടെ സ്നേഹത്തിന്റെ ശക്തിയാണത്. ഇന്നും ആ ശക്തിക്ക് കുറവില്ല. പക്ഷേ, പിടിച്ചു നിൽക്കാൻ എനിക്ക് കഴിയുന്നില്ല. കാരണം, ഇവിടെ കവിയും മുൻഷിയും തമ്മിൽ ഭയങ്കര അടിയായിരുന്നു. മുൻഷിയുടെ അടി കൊണ്ട് എന്റെ വായിലെ രണ്ടുമൂന്ന് പല്ലുകൾ കൊഴിഞ്ഞുപോയി.! (കവി വായ തുറന്നു കാണിക്കുന്നു).

എല്ലാവരും അത്ഭുതസ്തബ്ധരായി. കൃഷ്ണൻനായർ എന്ന ഒരു മലയാള മുൻഷിയും അക്കാലത്ത് ഹൈസ്കൂളിലുണ്ടായിരുന്നു. ഖാദി വസ്ത്ര ധാരിയായ അദ്ദേഹം ഒരു ഷാൾ പുതച്ചുകൊണ്ടാണ് സ്കൂളിലെക്ക് വരിക. മലയാള വ്യാകരണത്തിന്റെ ഒരു നിറകുടമായിരുന്നു അദ്ദേഹം. വൃത്താലങ്കാര ശാസ്ത്രങ്ങൾ അദ്ദേഹത്തിന് കരതലാമലകമായിരുന്നു. കവി അദ്ദേഹത്തെയാണ് ഉദ്ദേശിക്കുന്നത് എന്ന് വിചാരിച്ച് എല്ലാവരും മുൻഷിയെ നോക്കി. മുൻഷി ഊറിച്ചിരിക്കുകയായിരുന്നു.

കവി തുടർന്നു – " നിങ്ങൾ പറയൂ ഇനിയും മുൻഷിയുടെ തല്ല് കൊള്ളാൻ ഞാൻ ഇവിടെ നില്ക്കണോ? പക്ഷേ, ഒരു കാര്യം – നിങ്ങൾ എപ്പോൾ വിളിച്ചാലും ഞാൻ വിളി കേൾക്കും. വെറും ഒരു വിളിപ്പുറത്ത് – ഇവിടെയെത്തും.

അങ്ങനെ ശോകമൂകമാകേണ്ടിയിരുന്ന ആ യോഗം കവിയുടെ സംസാരത്തോടെ ഒരു കോമഡി പോലെ രസകരമായി. അന്ന് വൈകുന്നേരം തന്നെ കവി റിലീവ് ചെയ്തു. സ്കൂൾ ഗെയിറ്റു കടക്കുമ്പോൾ ഈറനണിഞ്ഞ കണ്ണുകളുമായി വന്ദ്യവയോധികനായ ഒരാൾ പുറത്തു കാത്തുനില്ക്കുന്നുണ്ടായിരുന്നു. കവിമാഷെ കണ്ടപ്പോൾ അയാൾ പൊട്ടി

ക്കരഞ്ഞു. കഴിഞ്ഞ പന്ത്രണ്ട് വർഷമായി കവിയുടെ ഖാദി വസ്ത്രങ്ങൾ അലക്കി തേച്ചു കൊടുക്കുന്ന അലക്കുകാരൻ കുഞ്ഞപ്പ നായരായിരുന്നു അത്. കവി അദ്ദേഹത്തെ ആലിംഗനം ചെയ്തു. ജുബ്ബയുടെ കീശയിൽ നിന്ന് ഒരു 10 രൂപയുടെ നോട്ട് എടുത്തു കൊടുക്കാൻ ശ്രമിച്ചു. പക്ഷേ, അയാളതു വാങ്ങിയില്ല. വെച്ചു നീട്ടിയത് തിരിച്ചെടുക്കുന്ന ആളായിരുന്നില്ല കവി. ആ 10 രൂപ അദ്ദേഹം അയാളുടെ കീശയിൽ തിരുകി കയറ്റി.

കണ്ണൂർ റയിൽവേ സ്റ്റേഷൻ വരെ ഹിന്ദി മാഷ് കവിയെ അനുയാത്ര ചെയ്തു - അങ്ങനെ കൂടാളി ഹൈസ്കൂളിന്റെ ഒരു വ്യാഴവട്ടം പുഷ്കലമാക്കിയ ആ പുംസ്ക്കോകിലം പറന്നു പോയി. ബഹുസഹസ്രം ശിഷ്യഗണങ്ങൾക്ക് മധുരസ്മരണകൾ അവശേഷിപ്പിച്ചുകൊണ്ട്.

ഷഷ്ടിപൂർത്തിയാഘോഷം കൂടാളിയിൽ

1967 മാർച്ച് 31 നാണ് മഹാകവി പി. കൊല്ലങ്കോട് രാജാസ് ഹൈസ്കൂളിൽ നിന്ന് വിരമിച്ചത്. അന്നത്തെ റിട്ടയർമെന്റ് പ്രായം 60 വയസ്സ് ആയിരുന്നു. രാജാസ് ഹൈസ്കൂളിൽ വെച്ച് കവിക്ക് ഹൃദ്യമായ യാത്രയയപ്പ് നല്കി. നല്ലൊരു തുക പണക്കിഴിയായും നല്കി. ആ തുകയും മറ്റ് ഉദാരമതികൾ നല്കിയ സഹായധനവും ഉപയോഗിച്ച് സംഘാടക സമിതി നിളാനദീതീരത്ത് 15000 രൂപയ്ക്ക് ചെറുതെങ്കിലും നല്ലൊരു വീട് വാങ്ങിക്കൊടുത്തു. കവിയുടെ കൊല്ലങ്കോട്ടെ സഹപ്രവർത്തകനും എഴുത്തുകാരനുമായ ഇയ്യങ്കോട് ശ്രീധരനായിരുന്നു ഇതിനൊക്കെ നേതൃത്വം നല്കിയത്. കവി അധികം വൈകാതെ 'ഗോവർധനം' എന്ന ആ വീട് വിറ്റു കളഞ്ഞു എന്നത് മറ്റൊരു കാര്യം!

റിട്ടയർമെന്റിനോടൊപ്പം കവിയുടെ ഷഷ്ടിപൂർത്തിയുമായി. ആദ്യമായി ഗുരുവായൂരിൽ വെച്ചാണ് ഷഷ്ടിപൂർത്തി ആഘോഷിച്ചത്. 1966 ഒക്ടോബർ 22, 23 തീയ്യതികളിൽ നടന്ന ഈ ആഘോഷത്തിന്റെ ഭാഗമായി സാഹിത്യസാംസ്കാരിക സദസ്സുകൾ സംഘടിപ്പിച്ചു. ഉദാരമതിയായ അന്നത്തെ കൊല്ലങ്കോട് രാജാവ് വേണുഗോപാലവർമരാജയാണ് അതിഥികളെ നേരിട്ട് ക്ഷണിച്ചതും ആഘോഷത്തിന്റെ ചെലവുകൾ വഹിച്ചതും. വലിയരാജാവ് ഉപഹാരമായി ഒരു സ്വർണ ചെയിൻ നല്കി. സി.പി. ശ്രീധരന്റെ പ്രൗഢവും പഠനാർഹവുമായ അവതാരികയോടുകൂടി 'താമരത്തോണി' എന്ന പുതിയ കവിതാ സമാഹാരത്തിന്റെ പ്രകാശനവും അവിടെ വെച്ച് നിർവഹിക്കപ്പെട്ടു. വിഭവസമൃദ്ധമായ ഷഷ്ടിപൂർത്തി സദ്യയുമുണ്ടായി. ആഘോഷത്തിന്റെ അനുബന്ധമായി പ്രധാനപ്പെട്ട പത്രങ്ങളും വാരികകളും വിശേഷാൽ പതിപ്പുകൾ പ്രസിദ്ധീകരിച്ചു. അവയൊക്കെ പി. യുടെ കാവ്യമയമായ ജീവിതത്തിന്റെ ചരിത്രരേഖകളുമായി.

ഗുരുവായൂർ ഷഷ്ടിപൂർത്തി ആഘോഷത്തിനു ശേഷം കേരളത്തിലെ വിവിധ പ്രദേശങ്ങളിലായി അറുപതോളം കേന്ദ്രങ്ങളിൽ കവിയുടെ

ഷഷ്ടിപൂർത്തിയോഘോഷം സംഘടിപ്പിക്കപ്പെട്ടു. സംസ്ഥാനത്ത് ഒരു കവിയുടെയും ഷഷ്ടിപൂർത്തി ഇത്രയേറെ വ്യാപകമായി ആഘോഷിച്ചിട്ടില്ല.

ഒരു വ്യാഴവട്ടക്കാലം കവിയുടെ കാൽപ്പാടുകൾ പതിഞ്ഞ കൂടാളിയിലും ഷഷ്ടിപൂർത്തിയാഘോഷമുണ്ടായി. കൂടാളി പൊതുജന വായനശാലയാണ് പരിപാടി സംഘടിപ്പിച്ചത്. ആഘോഷത്തിന്റെ ഭാഗമായി ഗ്രന്ഥശാലയുടെ അങ്കണത്തിൽ വെച്ച് കവിക്ക് നല്കിയ ഊഷ്മളമായ സ്വീകരണത്തിൽ ശിഷ്യരും സഹപ്രവർത്തകരും ആരാധകരുമായി നിരവധി പേരുടെ നിറഞ്ഞ സാന്നിധ്യമുണ്ടായി. ഗ്രന്ഥശാലയുടെ അന്നത്തെ സെക്രട്ടറിയും കൂടാളി യു.പി സ്കൂൾ അധ്യാപകനുമായ സി. കുഞ്ഞിക്കണ്ണൻ മാസ്റ്ററുടെ നേതൃത്വത്തിലാണ് സംഘാടനം. (കുഞ്ഞിക്കണ്ണൻ മാസ്റ്റർ പിന്നീട് യു.പി സ്കൂളിന്റെ ഹെഡ്മാസ്റ്ററും റിട്ടയർ ചെയ്തതിന്നുശേഷം പെൻഷണേർസ് യൂനിയന്റെ സംസ്ഥാനഭാരവാഹിയുമായി)

1961–ൽ കൂടാളി ഹൈസ്കൂളിൽ നിന്ന് കവി കൊല്ലങ്കോടേക്ക് പോയതിന്നുശേഷം ആദ്യമായി കൂടാളിയിൽ വന്നത് ഈ ഷഷ്ടിപൂർത്തിയാഘോഷത്തിൽ പങ്കെടുക്കാനാണ്.

പരിപാടിയിൽ അധ്യക്ഷ്യംവഹിച്ചത് ഗ്രന്ഥശാലയുടെ സ്ഥാപക പ്രസിഡണ്ട് കെ.ടി. കുഞ്ഞിക്കേളപ്പൻ മാസ്റ്ററായിരുന്നു. ഡോ. കെ. ഭാസ്കരൻനായർ ഉദ്ഘാടനം ചെയ്തു. എം.കെ രാമകൃഷ്ണൻ മാസ്റ്റർ, കെ. കെ. ഭരതൻ തുടങ്ങിയവർ സംസാരിച്ചു. പി. ഹൈസ്കൂളിലുണ്ടായിരുന്ന കാലത്തെ അനുസ്മരിച്ചുകൊണ്ടാണ് അധ്യക്ഷൻ പ്രസംഗിച്ചത് - കവി തികച്ചും യാദൃച്ഛികമായാണ് അധ്യാപകനായി നിയമിക്കപ്പെട്ടതെന്നും അത്രതന്നെ അപ്രതീക്ഷിതമായാണ് ഇവിടെ നിന്ന് ട്രാൻസ്ഫർ വാങ്ങി പോയതെന്നും കേളപ്പൻ മാസ്റ്റർ സൂചിപ്പിച്ചു.

കളിയച്ഛൻ, അനന്തൻ കാട്ടിൽ തുടങ്ങിയ കവിതകളുടെ മനോഹരമായ ഒരാസ്വാദനം തന്നെയാണ് ഡോ. ഭാസ്കരൻ നായർ തന്റെ ഉദ്ഘാടന പ്രസംഗത്തിൽ അവതരിപ്പിച്ചത്.

ഗ്രന്ഥശാലാ സെക്രട്ടറി സി. കുഞ്ഞിക്കണ്ണൻ മാസ്റ്റർ നിർദ്ദേശിച്ചതനുസരിച്ച്, അന്ന് ഒരു അധ്യാപക വിദ്യാർത്ഥിയായിരുന്ന ഞാൻ 'മഹാകവിക്ക് പ്രണാമം' എന്ന ഒരു കവിത സദസ്സിൽ അവതരിപ്പിച്ചിരുന്നു. വേദിയിലിരിക്കുന്ന ഗുരുനാഥന്റെ മുന്നിൽ വെച്ച് ഇങ്ങനെയൊരു കവിത ചൊല്ലുമ്പോൾ വല്ലാത്തൊരു വിറയൽ അനുഭവപ്പെട്ടത് ഞാൻ ഇന്നും ഓർക്കുന്നു. എങ്ങനെയോ ഞാനത് ഒരുവിധം വായിച്ചുതീർത്ത്

ധൃതിയിൽ സദസ്സിന്നിടയിലേക്ക് ഓടാൻ ശ്രമിക്കുകയായിരുന്നു. പെട്ടെന്ന്, 'നില്ക്കെടാ, അവിടെ' എന്ന് പറഞ്ഞുകൊണ്ട് കവി എന്നെ പിടിച്ചു നിർത്തി. ശരിക്കും ഞാൻ പേടിച്ചുപോയി!

ഞാൻ ചൊല്ലിയ വരികളിൽ വല്ലതും അബദ്ധം പറ്റിപ്പോയോ എന്നായിരുന്നു എന്റെ ആശങ്ക. പക്ഷേ, ഉടനെ കവി തന്റെ ജുബ്ബയുടെ കീശയിൽ നിന്ന് കൽക്കണ്ടത്തിന്റെ ഒരു കഷ്ണമെടുത്ത് എന്റെ വായിൽ വെച്ചു തന്നു. കവി സ്കൂളിലുണ്ടായിരുന്ന കാലത്ത് ചിലപ്പോഴൊക്കെ കൽക്കണ്ടവും കപ്പലണ്ടിയും കിട്ടിയിട്ടുണ്ടെങ്കിലും അത് വായിൽ വെച്ചു തന്നുകൊണ്ട് വാത്സല്യം പ്രകടിപ്പിക്കുന്നത് ആദ്യമായിരുന്നു. - അതും ഒരു സദസ്സിന്റെ മുന്നിൽ വെച്ച്. കണ്ടു നിന്നവർ കയ്യടിച്ചു. വല്ലാത്തൊരു നിർവൃതിയോടെയാണ് ഞാൻ തിരിച്ചുപോയി സദസ്സിന്റെ ഭാഗമായത്.

ഗ്രന്ഥശാലാ പ്രസിഡണ്ട് കാവുന്താഴയിലെ എം.കെ നാരായണൻ മാസ്റ്റർ സ്വാഗതം പറഞ്ഞു.

ഉപഹാര സമർപ്പണത്തിനുശേഷം കവിയുടെ പ്രതിവാദനമായി- " കൂടാളിയിലെ ജനങ്ങളുടെ സ്നേഹം ഞാൻ പണ്ടേ അനുഭവിച്ചതാണ്. അന്ന് സ്നേഹിച്ച് മതിയാകാത്തതുകൊണ്ടാണ് ഇന്ന് വീണ്ടും വിളിച്ച് സ്നേഹം വിളമ്പിത്തരുന്നത്.

കടലലയെ തീരം തിരിച്ചുവിളിക്കുന്നതു മൂലമാണ് അത് വീണ്ടും വീണ്ടും കരയിലേക്ക് ഓടി വരുന്നത്. തീരത്തിന് അത്രമേൽ സ്നേഹമുണ്ട് തിരയോട്. അതുപോലെ കൂടാളിയുടെ വിളി കേട്ടാൽ എനിക്ക് വരാതിരിക്കാൻ വയ്യ. പിന്നെന്തിനാണ് കൂടാളിയിൽ നിന്ന് പറന്നുപോയത് എന്ന് ഇവിടെ ആരോ ചോദിച്ചു- ചോദ്യം ശരിയാണ്. ഞാൻ പോയത് എന്റെ കവിതക്കുവേണ്ടിയാണ്. പോയില്ലെങ്കിൽ കവിത എന്നെ വിട്ടു പോകുമെന്ന് ഭീഷണിപ്പെടുത്തി. ആ ഭീഷണിക്കു മുമ്പിൽ ഞാൻ തോറ്റുപോയി!"

കവിയുടെ വാക്കുകൾ സദസ്സ് ഏറെ ആസ്വദിച്ചു. ധ്വന്യാത്മകമായ ഒരു കവിത പോലെ മനോഹരമായിരുന്നു ആ പ്രതിവാദന പ്രഭാഷണം. തിരിച്ചുപോകുമ്പോൾ ഇതും കൂടി പറഞ്ഞു - " ഇനിയും വിളിക്കണം. ഞാൻ വരും".

കവി കാറിൽ കയറുമ്പോൾ, എന്റെ സഹപാഠിയും കവിയുടെ പ്രിയ ശിഷ്യനുമായ എം.കെ മാധവൻ യാത്ര പറയാൻ അടുത്തേക്ക് പോയി. പെട്ടെന്ന് കവി മാധവനെ കാറിനോട് ചേർത്ത് പിടിച്ച് ആരും കാണാതെ ഒരു രൂപ കീശയിലിട്ടു കൊടുത്തു. മാധവന് അതൊരു മഹാനിധി

യായി. (മാധവൻ പിന്നീട് കൂടാളിക്കടുത്ത്, കാഞ്ഞിരോട് എൽ.പി സ്കൂളിലെ അധ്യാപകനും തുടർന്ന് ഹെഡ്മാസ്റ്ററുമായി റിട്ടയർ ചെയ്തു.)

ഇങ്ങനെ കൂടാളി വായനശാലയിൽ വെച്ച് വിപുലമായി ഷഷ്ടിപൂർത്തി ആഘോഷിച്ചതു കൊണ്ട് സ്കൂളിൽ പ്രത്യേകം ആഘോഷം സംഘടിപ്പിച്ചിരുന്നില്ല.

സി.പി ശ്രീധരന്റെ നേതൃത്വത്തിൽ കാഞ്ഞങ്ങാട് ദുർഗാ ഹൈസ്കൂളിൽ രണ്ടു ദിവസം നീണ്ടു നിന്ന ഷഷ്ടിപൂർത്തിയാഘോഷം സംഘടിപ്പിച്ചിരുന്നു. സ്വന്തം നാട്ടിലായതുകൊണ്ട് കവി പതിവിനു വിപരീതമായി വളരെ നേരത്തെ ആഘോഷസ്ഥലത്തെത്തി. പരിപാടിയിൽ പങ്കെടുക്കാൻ വരുന്ന സാഹിത്യ- സാംസ്കാരിക നായന്മാരെ സ്വയം സ്വീകരിച്ചു. വൈലോപ്പിള്ളി കടന്നു വരുമ്പോൾ ഓടിച്ചെന്ന് കെട്ടിപ്പിടിച്ചു. കൃഷ്ണവാര്യറെ കൈകൂപ്പി അഭിവാദനം ചെയ്തു. വിഷ്ണുനാരായണൻ നമ്പൂതിരിയെ കൈപിടിച്ച് ആനയിച്ചു. ആഘോഷത്തിന്റെ ഭാഗമായി രണ്ടാമത്തെ ദിവസം അന്നത്തെ പ്രശസ്തരും അപ്രശസ്തരുമായ നിരവധി കവികൾ അണിനിരന്ന കവി സമ്മേളനവുമുണ്ടായി.

മലയാള സാഹിത്യത്തിൽ മഹാകവി പി. കുഞ്ഞിരാമൻ നായർക്കുള്ള സ്വർണ്ണസിംഹാസനത്തിന്റെ മഹിമയും തനിമയും സ്വന്തം നാട്ടുകാരെ വിളിച്ചറിയിക്കുന്ന മഹാമഹമായിരുന്നു കാഞ്ഞങ്ങാട്ടെ ഷഷ്ട്യബ്ദപൂർത്തി സമ്മേളനം!

കൂടാളിയിൽ ഒരു ഗാന്ധിമണ്ഡപം

1969 – ഗാന്ധിജിയുടെ ജന്മശതാബ്ദി വർഷം. ഗാന്ധിജിയുടെ പാവന സ്മരണയ്ക്കായി കൂടാളി ഹൈസ്കൂളിൽ അന്നത്തെ ഹെഡ്മാസ്റ്റർ കെ.ടി കുഞ്ഞികേളപ്പൻ നമ്പ്യാരുടെ നേതൃത്വത്തിൽ മനോഹരമായ ഒരു ഗാന്ധി മണ്ഡപം നിർമിച്ചു. നല്ലൊരു ഉത്സവഛായയോടെയാണ് 1969 ഫിബ്രവരി :1 ന് അതിന്റെ ഉദ്ഘാടന മഹാമഹം സംഘടിപ്പിച്ചത്. മാതൃഭൂമി പത്രാധിപരും സ്വാതന്ത്ര്യസമരസേനാനിയുമായ കെ.പി. കേശവമേനോനായിരുന്നു ഉദ്ഘാടകൻ. സ്കൂളിലെ അധ്യാപകനായ വാണിദാസ് എളയാവൂർ കോഴിക്കോട് മാതൃഭൂമി ഓഫീസിൽ പോയി അദ്ദേഹത്തെ നേരിട്ട് ക്ഷണിക്കുകയായിരുന്നു. മൂർക്കോത്ത് കുഞ്ഞപ്പ അധ്യക്ഷൻ. കുട്ടികൃഷ്ണമാരാർ, മഹാകവി പി., എം.ടി വാസുദേവൻനായർ, സുകുമാർ അഴീക്കോട്, എൻ.എൻ കക്കാട് തുടങ്ങിയ മഹാരഥന്മാരും പങ്കെടുത്തു.

മഹാകവി കൂടാളിയിൽ നിന്ന് കൊല്ലങ്കോടേക്ക് പോകുമ്പോൾ ഹെഡ്മാസ്റ്റർക്ക് നല്കിയ ഒരു ഉറപ്പുണ്ട്- എപ്പോൾ വിളിച്ചാലും ഞാൻ വിളിക്കപ്പുറത്തുണ്ടാകും. ഒറ്റവിളിയിൽ ഞാൻ ഇവിടെയെത്തും. ആ ഉറപ്പിലാണ് പി. യുടെ പേര് പരിപാടിയിൽ ഉൾപ്പെടുത്തിയത്. ആദ്യം ക്ഷണക്കത്തും പിന്നീട് പ്രോഗ്രാം നോട്ടീസും അയച്ചുകൊടുത്തു. സ്കൂളിലെ പൂർവ്വ വിദ്യാർത്ഥിയും തിരുവനന്തപുരത്ത്, സെക്രട്ടറിയേറ്റിലെ അണ്ടർസെക്രട്ടറിയും പി.യുടെ പ്രിയപ്പെട്ട ശിഷ്യനുമായ കെ.കെ ഭരതന്റെ പേരിലും പ്രോഗ്രാം നോട്ടീസ് അയച്ചു. കവി തിരുവനന്തപുരത്ത് പോകുമ്പോഴൊക്കെ ഭരതനെ കാണാറുണ്ട്. അങ്ങനെ കണ്ടാൽ കത്ത് കൊടുക്കുകയും കവിയെ പങ്കെടുപ്പിക്കുകയും വേണമെന്ന് ഹെഡ്മാസ്റ്റർ പ്രത്യേകം നിർദ്ദേശിച്ചു.

ഉദ്ഘാടനപരിപാടിയുടെ എല്ലാ ഒരുക്കങ്ങളും പൂർത്തിയായി. വിശിഷ്ടാതിഥികളെ സ്വീകരിക്കാനും പാനോപചാരങ്ങൾ നടത്താനും രണ്ടുമൂന്ന് പേരെ പ്രത്യേകം ചുമതലപ്പെടുത്തി. മഹാകവി എത്തിയാൽ സ്വീകരിക്കാൻ കവിയുടെ ശിഷ്യരും അധ്യാപകരുമായ കെ.ടി. സുധാകരൻ മാസ്റ്ററെയും എന്നെയുമാണ് നിയോഗിച്ചത്. ഇങ്ങനെ എല്ലാം കൃത്യമാ

യി ആസൂത്രണം ചെയ്തു. കാരണം കേശവമേനോന് സമയത്തിന്റെ കാര്യത്തിൽ ഏറെ നിഷ്ഠയുണ്ടായിരുന്നു.

നിശ്ചിതസമയത്തിന് മുമ്പുതന്നെ അദ്ദേഹം സ്കൂളിലെത്തി. അല്പസമയത്തിനകം മഹാകവിയോഴികെ മറ്റുള്ളവരും എത്തി. കവിയുടെ കാര്യത്തിൽ അപ്പോഴും ഒരു നിശ്ചയവുമില്ലായിരുന്നു. വന്നെത്തിയ അതിഥികളെ യഥാവിധി സ്വീകരിച്ചു. കേളി കൊട്ട് ആരംഭിച്ചു.-

ആരോ വിളിച്ചു പറഞ്ഞു- കവിമാഷ് വരുന്നുണ്ട്. ഞങ്ങൾ മെയിൻ ഗെയിറ്റിന്റെ അടുത്തേക്ക് ഓടി . കവിയെ ആദരവോടെ സ്വീകരിച്ചു. വിശിഷ്ടാതിഥികൾ ഓഫീസിൽ ഇരിക്കുന്നുണ്ടെന്ന് അറിയിച്ചു. കവിയെ അവിടേക്ക് ആനയിക്കാൻ ശ്രമിച്ചു. പക്ഷേ, കവി നേരെ പോയത് ഗാന്ധി മണ്ഡപത്തിനു പിന്നിലുള്ള ഒരു ക്ലാസ്സ് മുറിയിലേക്കാണ്, അവിടെ ഒരു ബെഞ്ചിലിരുന്ന് എന്നോട് രണ്ടു മൂന്ന് ഷീറ്റ് കടലാസിന് ആവശ്യപ്പെട്ടു. ഞാൻ തൊട്ടടുത്തുള്ള ടീച്ചേർസ് റൂമിൽ പോയി ഏതോ ഒരു നോട്ടുബുക്കിൽ നിന്ന് നാലഞ്ച് കടലാസ് പറിച്ചെടുത്ത് കവിക്ക് കൊടുത്ത് ക്ലാസിന് പുറത്ത് കാവൽ നിന്നു.

കവി എന്തോ എഴുതുകയാണ്. ഒരേ എഴുത്ത്! കേളികൊട്ട് കഴിഞ്ഞു. വിശിഷ്ടാതിഥികൾ സ്റ്റേജിലേക്ക് ആനയിക്കപ്പെട്ടു. എല്ലാവരും യഥാസ്ഥാനത്ത് ഇരുന്നു. ഞാൻ ഭയഭക്തി ബഹുമാനത്തോടെ കവിയുടെ അടുത്ത് ചെന്ന് മന്ത്രിച്ചു-

"സർ, പരിപാടി ആരംഭിക്കുകയാണ്- സ്റ്റേജിലേക്ക് ...."

കവി അതൊന്നും ശ്രദ്ധിക്കുന്നില്ല. വീണ്ടും കൈനീട്ടി- കടലാസിനു വേണ്ടി. രണ്ടുമൂന്ന് ഷീറ്റ് വീണ്ടും കൊടുത്തു - എഴുത്ത് തുടർന്നു-

ഈശ്വരപ്രാർത്ഥനയ്ക്കു ശേഷം ഹെഡ്മാസ്റ്റർ കെ.ടി. കുഞ്ഞിക്കേളപ്പൻ നമ്പ്യാരുടെ സ്വാഗതഭാഷണം ആരംഭിച്ചു.

രാഷ്ട്രപിതാവിന്റെ ജന്മശതാബ്ദിയാഘോഷത്തിന്റെ ഭാഗമായി ഇങ്ങനെയൊരു സ്മാരകം സ്കൂളിൽ നിർമ്മിക്കാൻ കഴിഞ്ഞതിലുള്ള ചാരിതാർത്ഥ്യം അദ്ദേഹം പ്രകടിപ്പിച്ചു. അന്നത്തെ രാഷ്ട്രപതി സക്കീർ ഹുസൈൻ, പ്രധാനമന്ത്രി ഇന്ദിരാഗാന്ധി , മുഖ്യമന്ത്രി ഇ.എം.എസ് എന്നിവർ അയച്ച ആശംസാസന്ദേശങ്ങൾ ഹെഡ്മാസ്റ്റർ വായിച്ചു. ഉദ്ഘാടകനായ കേശവമേനോന്റെ അപദാനങ്ങളെ പ്രകീർത്തിച്ചുകൊണ്ട് അദ്ദേഹത്തെ ഹൃദയപൂർവ്വം സ്വാഗതം ചെയ്തു. തുടർന്ന് മഹാകവി പി. യെ കുറിച്ച് സംസാരിക്കാൻ തുടങ്ങി. അദ്ദേഹം എത്തിയിട്ടുണ്ട്. ഇവിടെ എവിടെയോ ഉണ്ട്. കവിയേയും സ്റ്റേജിലേക്ക് സ്വാഗതം ചെയ്യുന്നു. ജനങ്ങൾ നാലുപാടും നോക്കി കവിയെ കാണുന്നില്ല.

ഞാൻ വീണ്ടും കവിയോട് സ്വകാര്യം പറഞ്ഞു -

സർ, അങ്ങയെകുറിച്ചാണ് ഹെഡ്മാസ്റ്റർ പറയുന്നത്. സ്റ്റേജിലേക്ക് വിളിക്കുന്നുണ്ട് - കവി ശ്രദ്ധിക്കുന്നില്ല. എഴുത്തിന്റെ അഖണ്ഡയജ്ഞം തുടരുകയാണ് !.

തുടർന്ന് ഹെഡ് മാസ്റ്റർ സ്റ്റേജിലുള്ള ഓരോരുത്തരേയും സദസ്സിന് പരിചയപ്പെടുത്തി. എല്ലാവരേയും സ്വാഗതം ചെയ്തു.

അധ്യക്ഷനായ മൂർക്കോത്ത് കുഞ്ഞപ്പ ആമുഖമായി ഒന്നും പറയാതെ ഉദ്ഘാടന പ്രസംഗത്തിന് കേശവമേനോനെ ക്ഷണിച്ചു. കൂടെ വന്ന സഹായിയായ ചെറുപ്പക്കാരൻ ഉദ്ഘാടകന്റെ കൈപിടിച്ച് പ്രസംഗ പീഠത്തിനരികിലേക്ക് ആനയിച്ചു. കേശവ മേനോൻ പ്രൗഢഗംഭീരമായ ശബ്ദത്തോടെ പ്രസംഗം ആരംഭിച്ചു-

പെട്ടെന്ന് അതാ കവി ക്ലാസ്സ് മുറിയിൽ നിന്ന് ഇറങ്ങി വരുന്നു. പക്ഷേ, അദ്ദേഹം സ്റ്റേജിൽ കയറുന്നതിന്ന് പകരം നേരെ സ്റ്റേജിന്റെ മുന്നിലേക്കാണ് പോയത്. സദസ്സിന്റെ മുൻനിരയിൽ വലത്തെ അറ്റത്തുള്ള ഒരു കസേരയിൽ പോയി ഇരുന്നു. സദസ്സ് ഇളകി മറിഞ്ഞു. നീണ്ട കരഘോഷത്തോടെ സദസ്സ് കവിമാഷെ കയ്യേറ്റു! അങ്ങനെ പി. രംഗപ്രവേശം ചെയ്തതിന്റെ സൂചന ഉദ്ഘാടകന് കിട്ടി.

അധ്യക്ഷനെയും മഹാകവിയേയും പ്രത്യേകം പരാമർശിച്ചുകൊണ്ട് കേശവമേനോൻ തന്റെ ഉദ്ഘാടന പ്രസംഗം ആരംഭിച്ചു.

ഗാന്ധിജിയുടെ ജന്മശതാബ്ദിയിൽ കൂടാളിയിൽ ഇങ്ങനെയൊരു സ്മാരകം നിർമ്മിച്ച സ്തുത്യർഹമായ പ്രവർത്തനത്തെ അദ്ദേഹം പ്രകീർത്തിച്ചു. തുടർന്ന് സ്വാതന്ത്ര്യ സമരത്തെ കുറിച്ചും അതിൽ ഗാന്ധിജി വഹിച്ച ത്യാഗപൂർണ്ണമായ പങ്കിനെ കുറിച്ചും സംസാരിച്ചു. ഗാന്ധിയൻ ദർശനങ്ങൾ ജീവിതത്തിൽ പകർത്തണമെന്ന് വിദ്യാർത്ഥികളെ ഉപദേശിച്ചു. ഹ്രസ്വമെങ്കിലും ലളിതമായ ഭാഷയിലുള്ള കേശവമേനോൻറെ പ്രസംഗം സദസ്സ് ആസ്വദിച്ചു. അവസാനം, രാഷ്ട്രപിതാവിന്റെ സ്മാരകമായി നിർമ്മിക്കപ്പെട്ട മനോഹരമായ ഗാന്ധി മണ്ഡപം ഔപചാരികമായി ഉദ്ഘാടനം ചെയ്തതായി പ്രഖ്യാപിച്ചുകൊണ്ട് കേശവമേനോൻ പ്രസംഗം ഉപസംഹരിച്ചു - നീണ്ടുനിന്ന കരഘോഷത്തിനുശേഷം ഒരു നിമിഷം തികഞ്ഞ നിശബ്ദത. അപ്പോഴതാ പെട്ടെന്ന് വി. കുഞ്ഞിരാമൻ നമ്പ്യാർ (കേന്റീൻ നമ്പ്യാർ) സ്റ്റേജിനു മുന്നിൽ പ്രത്യക്ഷപ്പെടുന്നു. നമ്പ്യാർ സദസ്സിന് അഭിമുഖമായി നിന്ന് മൂന്ന് തവണ ശംഖനാദം മുഴക്കി. ആ ശംഖനാദവും തുടർന്നുള്ള കയ്യടിയും അന്തരീക്ഷത്തിൽ അലയടിച്ചു!

അധ്യക്ഷനായ മൂർക്കോത്ത് കുഞ്ഞപ്പയും ഗാന്ധിജിയുടെ ത്യാഗോജ്ജ്വലമായ ജീവിതത്തെ കുറിച്ചു തന്നെയാണ് സംസാരിച്ചത്. സ്വാതന്ത്ര്യം കിട്ടി ഒരു വർഷം തികയുന്നതിന് മുമ്പ് ഗാന്ധിജി വധിക്കപ്പെട്ടതിന്റെ പരിദേവനം അദ്ദേഹം പ്രകടിപ്പിച്ചു. ഗാന്ധിജിക്കു നേരെ ഒന്ന് തോക്ക് ചൂണ്ടാൻ പോലും ബ്രിട്ടീഷുകാർ ധൈര്യപ്പെട്ടില്ല. ആ രാഷ്ട്രപിതാവിനെയാണ് ഒരു ഇന്ത്യക്കാരൻ തോക്കിനിരയാക്കിയതെന്ന് അധ്യക്ഷൻ പറയുമ്പോൾ ഒരു നിമിഷം സദസ്സ് സ്വയം നിശബ്ദമായി!

തുടർന്ന് സംസാരിക്കാൻ, സദസ്സിലിരിക്കുന്ന പി. യെ അധ്യക്ഷൻ സ്റ്റേജിലേക്ക് വിളിച്ചു-

"- ഞാൻ ഇവിടെ അതിഥിയല്ലല്ലോ.. അതിഥികളെല്ലാം സംസാരിക്കട്ടെ-" അതായിരുന്നു കവിയുടെ പ്രതികരണം.

അങ്ങനെ കുട്ടി കൃഷ്ണമാരാർ ക്ഷണിക്കപ്പെട്ടു. ഭാരതീയ പാരമ്പര്യത്തേയും സംസ്കാരത്തേയും പരാമർശിച്ചുള്ള ഒരു സാഹിത്യ പ്രസംഗമായിരുന്നു അദ്ദേഹത്തിന്റേത്. സ്വാതന്ത്ര്യ സമരത്തിലെ മുഴുവൻ രക്തസാക്ഷികളുടേയും ഒരു സ്മാരകമായാണ് താൻ ഈ ഗാന്ധി മണ്ഡപത്തെ കാണുന്നതെന്ന മാരാരുടെ പരാമർശം സദസ്സ് കരഘോഷത്തോടെ സ്വീകരിച്ചു.

സുകുമാർ അഴീക്കോട് തന്റെ പ്രസംഗത്തിൽ സ്വാതന്ത്ര്യസമരത്തിന് പ്രചോദനം നല്കിയ 'മാതൃഭൂമി' യേയും അതിന്റെ അമരക്കാരനായ കേശവമേനോനെയും പരാമർശിച്ചുകൊണ്ടാണ് പ്രസംഗം സമാരംഭിച്ചത്. തുടർന്ന് മഹാകവി പി. യേയും പി. കവിതകളെക്കുറിച്ചും നടത്തിയ പ്രഭാഷണം വേറിട്ട ഒരനുഭവമായി!

താളക്കേടുകളുടെ ഇടയിലൂടെ സഞ്ചരിച്ച് താളാത്മകത്വം കണ്ടെത്താനാണ് കലാകാരൻ ശ്രമിക്കുന്നതെന്നും നൂറായിരം സങ്കീർണതകളുടെ ഇടയിൽ നിന്ന് സുന്ദരമായ കവിത സൃഷ്ടിക്കാനാണ് മഹാകവി പി. ശ്രമിക്കുന്നതെന്നും എം.ടി വാസുദേവൻ നായർ പറയുമ്പോൾ പി. തന്റെ പതിവു ശൈലിയിൽ കണ്ണടയ്ക്കു മുകളിലൂടെ എം.ടി.യെ സൂക്ഷിച്ച് നോക്കുന്നുണ്ടായിരുന്നു.

പ്രശസ്ത കവി എൻ.എൻ. കക്കാട് സംസാരിച്ചതിന്നു ശേഷമാണ്, അവസാനം മഹാകവിയെ വിളിച്ചത്. പെട്ടെന്ന് പി. ചാടി എഴുന്നേറ്റു. സദസ്സ് കയ്യടിച്ചു-

"കേശവമേനോന്റെ പ്രസംഗം പിന്നിൽ നിന്നല്ല മുന്നിൽ നിന്നാണ് കേൾക്കേണ്ടത്. അതുകൊണ്ടാണ് ഞാൻ സ്റ്റേജിന് താഴെ ഇരുന്നത്-" കവി സംസാരിക്കാൻ തുടങ്ങി.

"എല്ലാ കാര്യത്തിനും മുൻനിരയിൽ നില്ക്കുന്ന മഹാനാണ് അദ്ദേഹം. മേനോന്റെ പുറം കണ്ണിന് തെളിച്ചമില്ലെങ്കിലും അകക്കണ്ണിന് ഇരട്ടി വെളിച്ചമാണ്! നമുക്കൊന്നും അകക്കണ്ണ് എന്നൊന്ന് ഇല്ല! എല്ലാ തിങ്കളാഴ്ചയും നാം മുന്നോട്ട്, നാം മുന്നോട്ട്" എന്ന് പറയും. (അക്കാലത്ത് കേശവമേനോൻ, മാതൃഭൂമി പത്രത്തിൽ "നാം മുന്നോട്ട്' എന്ന പംക്തിയിൽ എഴുതാറുണ്ടായിരുന്നു. പിന്നീട് അതേ പേരിൽ തന്നെ മാതൃഭൂമി ആ ലേഖനങ്ങൾ സമാഹരിച്ച് പുസ്തകമാക്കി പ്രസിദ്ധീകരിച്ചിട്ടുമുണ്ട്.) പക്ഷേ, നാം മുന്നോട്ടാണോ? ഇപ്പോൾ ഓരോ പീടികയ്ക്കും രണ്ടും മൂന്നും പൂട്ട് വേണ്ടി വരുന്നു. കള്ളന്മാർ പെരുകുകയാണ്. ഈ ഞങ്ങൾ എത്ര എഴുതിയിട്ടും കാര്യമില്ല. ഞങ്ങൾക്ക് ഞങ്ങളുടെ വഴി. കള്ളന്മാർക്ക് കള്ളന്മാരുടെ വഴി!- കേശവമേനോൻ ഉൾപ്പെടെ വേദിയിലുള്ളവർ പൊട്ടിച്ചിരിച്ചു.

കവി ഇത്രയും ആമുഖമായി പറഞ്ഞുകൊണ്ട് ജുബ്ബയുടെ കീശയിൽ നിന്ന് കുറേ കടലാസുകൾ വലിച്ചെടുത്ത് വായിക്കാൻ തുടങ്ങി. അത് ഇത്രയും സമയം സ്റ്റേജിന്റെ പിന്നിലുള്ള മുറിയിൽ ഇരുന്ന് എഴുതിയതായിരുന്നു. വായിക്കുന്നത് ഗദ്യമാണെങ്കിലും അതിന്റെ ശൈലിക്കും പ്രയോഗങ്ങൾക്കും നല്ലൊരു കാവ്യഭംഗി ഉണ്ടായിരുന്നു. വായനയ്ക്കിടയിൽ കടലാസിൽ നിന്ന് കണ്ണെടുത്ത് സദസ്സിനെ നോക്കി. നർമം കലർത്തിയ വ്യാഖ്യാനങ്ങൾ നല്കും. ഇടയ്ക്ക് പേജുകൾ തപ്പിയെടുക്കാൻ അല്പം സമയം വേണ്ടി വരും. ആ വെപ്രാളം കാണുമ്പോൾ സദസ്സിൽ ചിരിയുടെ തിരയിളക്കം.

"ജാതിമതത്തിന് അതീതമായ ഒരു സംസ്കാരം നമുക്കുണ്ടായിരുന്നു. എന്നാൽ ഇപ്പോൾ ജാതിയും ഉപജാതിയും അറിയുകയും പറയുകയും വേണം. ജാതിക്കോമരങ്ങൾ ഉറഞ്ഞു തുള്ളുകയാണ് - പി. യുടെ പ്രസംഗം സദസ്സിനെ ഹരം പിടിപ്പിച്ചു. പ്രസംഗത്തിന്റെ അവസാനം കൂടാളിയിലെ ഒരു വ്യാഴവട്ടക്കാലത്തെ കുറിച്ച് പരാമർശിച്ചു.

അലഞ്ഞുതിരിഞ്ഞ എന്നെ പത്തു പന്ത്രണ്ടു വർഷം ഇവിടെ തഴച്ചിട്ടത് കൂടാളിയിലെ വല്ല്യേജമാനനാണ്. എനിക്കൊരുസ്ഥിര വരുമാനമുള്ള ജോലി തന്നത് അദ്ദേഹമാണ്. എന്റെ 'കളിയച്ഛൻ' പിറന്നത് ആ കാലഘട്ടത്തിലാണ്. സംസ്ഥാന സർക്കാരിന്റെ അക്കാദമി അവാർഡ് ലഭിച്ചതും അപ്പോഴാണ്. റിപ്പബ്ലിക് ദിനത്തിൽ ദേശീയ കവി സമ്മേളനത്തിന് വിളിച്ചതും ഇവിടെ മലയാളം മുൻഷിയായി, 'ചക്കിലെ കാളയായി' വട്ടം തിരിയുമ്പോഴാണ്. പലപ്പോഴും ഞാനതൊക്കെ മറന്നു പോകാറുണ്ട്. എന്റെ മറവിയെന്ന മഹാരോഗം നിങ്ങൾക്ക് അറിയാമല്ലോ-

ഇപ്പോൾ ഈ ഗാന്ധി മണ്ഡപം ഉയർന്നിരിക്കുന്നു. ഞാൻ ഇവിടെ നില്ക്കുമ്പോൾ ഗാന്ധിജിയുടെ മുന്നിൽ നില്ക്കുന്നതുപോലെ തോന്നുന്നു. കുട്ടികളേ, നിങ്ങൾ ഭാഗ്യവാന്മാരാണ്. നിങ്ങൾക്ക് നിത്യവും ഗാന്ധിജിയെ കാണാമല്ലോ. നിങ്ങൾ പറയും- ഗാന്ധിജിയെ വധിച്ചില്ലേ എന്ന്. ഇല്ല ഗാന്ധിജിയെ വെല്ലാൻ, കൊല്ലാൻ ആർക്കും വയ്യ!

ഒരു നിമിഷം കവി എന്തോ ആലോചിച്ച് പെട്ടെന്ന് കടലാസുകൾ ചുരുട്ടി ജുബ്ബയുടെ കീശയിലിട്ട് പ്രസംഗം അവസാനിപ്പിച്ചു-! വാണിദാസ് എളയാവൂരിന്റെ ശ്രുതി മധുരമായ നന്ദി വാകൃങ്ങളോടെ ഉദ്ഘാടന പരിപാടി അവസാനിച്ചു.

ഉദ്ഘാടന സമ്മേളനത്തെ തുടർന്ന് ഒന്നരമണിക്കൂറോളം നൃത്ത നൃത്യങ്ങൾ അവതരിപ്പിക്കപ്പെട്ടു. കെ.ടി നരേന്ദ്രൻ മാസ്റ്ററും വി. കുഞ്ഞിരാമൻ നമ്പ്യാരും ചേർന്ന് അവതരിപ്പിച്ച 'വെളിച്ചപ്പാട്' സദസ്സിനെ കുടെ കുടെ ചിരിപ്പിച്ചു. കെ.ടി പാറുക്കുട്ടിയും കെ.വി രാഗിണിയും ചേർന്ന് അരങ്ങേറിയ, കുട്ടമത്തിന്റെ 'ബാലഗോപാലൻ' നാടകത്തിലെ 'ഭഗവദ്ദർശനം' കാണികളുടെ കണ്ണും കരളും കവർന്നു. കെ.ടി. മുരളിമാസ്റ്ററും സംഘവും അവതരിപ്പിച്ച 'നരസിംഹാവതാരം' നൃത്തശില്പം പുരാണകഥയുടെ നല്ലൊരു പുനരാവിഷ്കരണമായി!

മഹാകവി
സപ്തതിയുടെ നിറവിൽ

1976- മഹാകവി പി.. യുടെ സപ്തതി വർഷം- തിരുവനന്തപുരത്ത് കവിയുടെ സപ്തതി ആഘോഷിക്കാൻ എം.പി അപ്പന്റെ അധ്യക്ഷതയിൽ സാഹിത്യ-സാംസ്കാരിക പ്രവർത്തകരുടെ യോഗം ചേർന്ന് ഒരു ആഘോഷക്കമ്മറ്റി രൂപീകരിച്ച് പ്രവർത്തനം ആരംഭിച്ചു. വെറും ആഘോഷമല്ല, കവിക്ക് നല്ലൊരു ഉപഹാരം നല്കുക, കവിയുടെ ആദ്യകാല ഗദ്യ-പദ്യ കൃതികൾ തേടിപ്പിടിച്ച് സമാഹരിക്കുക, കവിയുടെ പേരിൽ ഒരു ട്രസ്റ്റ് രൂപീകരിക്കുക, സപ്തതി സ്മാരക ഗ്രന്ഥം പ്രസിദ്ധീകരിക്കുക, കവിയുടെ കവിതകളുടെ സമ്പൂർണ്ണ സമാഹാരം പ്രസിദ്ധീകരിക്കുക- ഇങ്ങനെ ബഹുമുഖമായ ഉദ്ദേശ്യലക്ഷ്യങ്ങളോടെയാണ് ആഘോഷക്കമ്മറ്റി രൂപീകരിച്ചത്.

കവിയുടെ കൂടാളിയിലെ പ്രിയപ്പെട്ട ശിഷ്യനും സെക്രട്ടറിയേറ്റിലെ അണ്ടർ സെക്രട്ടറിയുമായ കെ.കെ ഭരതൻ, കൊല്ലങ്കോട് രാജാസ് ഹൈസ്കൂളിലെ സഹപ്രവർത്തകനും സാഹിത്യകാരനുമായ ഇയ്യങ്കോട് ശ്രീധരൻ തുടങ്ങിയവർ കമ്മറ്റിയിലുണ്ടായിരുന്നു. അന്നത്തെ പൊതുവിദ്യാഭ്യാസ ഡയരക്ടർ ആർ. രാമചന്ദ്രൻ നായർ ചെയർമാനും മുഖ്യമന്ത്രി കെ. കരുണാകരൻ രക്ഷാധികാരിയുമായാണ് കമ്മറ്റി രൂപീകരിക്കപ്പെട്ടത്. പക്ഷേ, കമ്മറ്റിയുടെ പ്രവർത്തനങ്ങൾ ആരംഭിച്ചപ്പോൾ തന്നെ ചില തെറ്റിദ്ധാരണകൾ മൂലം കവി തനിക്ക് സ്പതതി ആഘോഷമേ ആവശ്യമില്ലെന്ന് കമ്മറ്റിയുടെ ബന്ധപ്പെട്ട ഭാരവാഹികളെ അറിയിക്കുകയായിരുന്നു. അങ്ങനെ ആരംഭത്തിൽ തന്നെ ആഘോഷം മുടങ്ങി- പുത്തരിയിൽ കല്ല് കടിച്ചതുകൊണ്ട് പുത്തരിയേ വേണ്ടെന്നു വെച്ചു!

തിരുവനന്തപുരത്ത് ഇങ്ങനെയൊക്കെ സംഭവിച്ചുവെങ്കിലും കൂടാളിയിൽ വെച്ച് കവിയുടെ സപ്തതി ആഘോഷിക്കാൻ ഹൈസ്കൂൾ ഹെഡ്മാസ്റ്ററും സ്റ്റാഫും തീരുമാനിച്ചു. പ്രത്യേകം സംഘാടക സമിതിയൊന്നും രൂപീകരിക്കാതെ അന്നത്തെ ഹെഡ്മാസ്റ്ററും കവിയുടെ സഹപ്രവർത്തകനുമായിരുന്ന ഇ.എം. ദാമോദരൻ നമ്പ്യാരുടെ നേതൃത്വത്തിലാ

ണ് ആഘോഷം സംഘടിപ്പിച്ചത്. അധ്യാപകരും പൂർവ്വ വിദ്യാർത്ഥികളും നാട്ടുകാരും പരിപാടി വിജയിപ്പിക്കാൻ സഹകരിച്ചു.

ആഘോഷത്തിന്റെ തുടക്കം കുറിച്ചുകൊണ്ട് 1976 ഒക്ടോബർ 10 ന് സ്കൂൾ ഹാളിൽ പി. കവിതകളെ കുറിച്ച് ഒരു സാഹിത്യ ചർച്ച സംഘടിപ്പിച്ചു. ജി.പി. കൃഷ്ണപിള്ളയുടെ അധ്യക്ഷതയിൽ പ്രസിദ്ധസാഹിത്യകാരനും ഗവേഷകനുമായ ചിറക്കൽ ടി.. ബാലകൃഷ്ണൻനായരാണ് ഉദ്ഘാടനം ചെയ്തത്. പി.. കൂടാളിലിലുണ്ടായിരുന്ന കാലത്ത് കവിയുമായുണ്ടായ ആത്മബന്ധം അനുസ്മരിച്ചുകൊണ്ടാണ് കൃഷ്ണപിള്ള ഉദ്ഘാടന പ്രസംഗം ആരംഭിച്ചത്. പ്രകൃതി സൗന്ദര്യം കാച്ചിക്കുറുക്കിയ കവിതയാണ് പി . യുടേതെന്ന് ചിറക്കൽ ടി. പ്രസ്താവിച്ചു. ചർച്ചയിൽ പങ്കെടുത്തുകൊണ്ട് എം.കെ സാനു മാസ്റ്റർ, പി. കവിതകളെ കുറിച്ച് സമഗ്രമായി പഠിക്കുകയും ഗ്രന്ഥരചന നടത്തുകയും ചെയ്ത മല്ലിശ്ശേരി കരുണാകരൻ, പ്രൊഫ: ടി.പി. സുകുമാരൻ, കെ.പി. ശരത്ചന്ദ്രൻ എന്നിവർ സംസാരിച്ചു. പി. കവിതകളുടെ ഭാവാത്മകതയും ഭാവനാവിശേഷങ്ങളും സമഗ്രമായി വിശകലനം ചെയ്തുകൊണ്ടുള്ള പഠനപ്രഭാഷണങ്ങളാണ് ഈ സെക്ഷനിൽ കേൾക്കാൻ കഴിഞ്ഞത്. സ്കൂളിലെ

പൊതുസമ്മേളനം
[വൈകുന്നേരം 4മണിമുതൽ 8മണിവരെ]
മഹാകവിക്ക് സ്വീകരണം
പ്രാർത്ഥന
സ്വാഗതം:
ഇ. എം. ദാമോദരൻ നമ്പ്യാർ
ഹാരാർപ്പണം
അദ്ധ്യക്ഷത:
പ്രൊ. പി. കെ. സുരേന്ദ്രനാഥ്
ഉത്ഘാടനം:
പ്രൊ. എസ്സ്. ഗുപ്തൻ നായർ
[illegible]
ശ്രീമതി ലീലാ ദാമോദരൻ
ആശംസാപ്രസംഗം:
കെ. ടി. കുഞ്ഞിക്കേളപ്പൻ നമ്പ്യാർ
നെട്ടൂർ പി. ദാമോദരൻ
എൻ. എൻ. കക്കാട്
ഉപഹാര സമർപ്പണം
മഹാകവിയുടെ മറുപടി പ്രസംഗം
സമ്മാനദാനം
(മത്സരപരീക്ഷകളിലെ വിജയികൾക്ക്)
കലാപരിപാടി
കൃതജ്ഞത:
എം. കെ. രാമകൃഷ്ണൻ

മഹാകവി പി.
സപ്തതി മഹോത്സവം

പട്ടുനൂലാൽ സ്വയം പൊക്കി
ഭാവനാ മണിപത്തനം
ഇതിൻ ഗർഭഗൃഹത്തിങ്കൽ
സമാധിയിലിരിപ്പു ഞാൻ

ഒക്ടോബർ 10 ഞായറാഴ്ച
കൂടാളി ഹൈസ്കൂളിൽ

സാഹിത്യ - സാംസ്കാരിക പ്രവർത്തനങ്ങൾക്ക് നേതൃത്വം വഹിച്ചിരുന്ന എഴുത്തുകാരനും പ്രഭാഷകനുമായ വാണിദാസ് എളയാവൂരാണ് സ്വാഗതം ആശംസിച്ചത്. പി.കെ. ഹരിദാസൻ നമ്പ്യാർ നന്ദി പറഞ്ഞു.

മധ്യാഹ്നത്തിൽ നടന്ന കവി സമ്മേളനം വേറിട്ട ഒരനുഭവമായി. കവിയുടെ ആരാധകരും ശിഷ്യരുമായ ഇരുപതോളെ കവികൾ കവി സമ്മേളനത്തിൽ സംബന്ധിച്ചു. സുപ്രസിദ്ധകവിയും അധ്യാപകനുമായ വി.എ. കേശവൻ നമ്പൂതിരി അധ്യക്ഷനായി.

എൻ. കോയിത്തട്ട ആയിരുന്നു ഉദ്ഘാടകൻ. രണ്ടുപേരും പി. കവിതകളെകുറിച്ച് ഹ്രസ്വമായി സംസാരിച്ചതിനുശേഷം സ്വന്തം കവിതകൾ അവതരിപ്പിച്ചു. കെ. പ്യാർ, പയ്യന്നൂർ ബാലകൃഷ്ണൻ, കുഞ്ഞപ്പ പട്ടാന്നൂർ, എം.പി. ആർ മുട്ടന്നൂർ, കെ.എം. പരമേശ്വരൻ നമ്പൂതിരി, ഇ.പി. ആർ. വേശാല, കെ.വി. ഗോപാലവാര്യർ, കെ.ആർ. തെരൂർ, സി. വസുമതി തുടങ്ങിയ ഇരുപതോളം പേർ ഈ കാവ്യോപാസനയിൽ പങ്കെടുത്തു.

കവി സമ്മേളനത്തിനു ശേഷം ചെറിയൊരു ഇടവേള - വൈകുന്നേരം 3 മണിക്ക് മഹാകവിയുടെ സപ്തതി മഹോത്സവം- സ്കൂളിന് മുന്നിലുള്ള മെയിൻ റോഡിൽ കവി കാറിൽ വന്നിറങ്ങുന്നു. ഹെഡ്മാസ്റ്റർ പൂച്ചെണ്ട് നല്കി സ്വീകരിക്കുന്നു. അധ്യാപകരും ശിഷ്യന്മാരും ആരാധകരുമായി ഒരുപാട് പേർ അവിടെ സന്നിഹിതരായി. നെറ്റിപ്പട്ടം കെട്ടിയ ആനയുടേയും താലപ്പൊലിയേന്തിയ ബാലികമാരുടേയും അകമ്പടിയോടെ കവിയെ ഗാന്ധിമണ്ഡപത്തിലേക്ക് ആനയിച്ചു. വഴിയുടെ ഇരുവശത്തും സ്കൗട്ട് ആൻഡ് ഗൈഡ്സിന്റെ ഗാർഡ് ഓഫ് ഓർണർ! കവി സ്റ്റേജിൽ കയറുമ്പോൾ നിറഞ്ഞ സദസ്സിന്റെ ഹർഷാരവവും കരഘോഷവും! സ്റ്റേജിൽ മുൻനിരയിൽ ഇരുന്ന കവി തന്റെ പൂർവ്വ ശൈലിയിൽ, കണ്ണടയ്ക്കു മുകളിലൂടെയുള്ള പഴയ നോട്ടം! ക്ലാസ്സിലെ മുൻ അനുഭവം ഓർമിച്ചെടുത്ത ശിഷ്യന്മാർ അത് കണ്ടപ്പോൾ ചിരിച്ചു.

ഇ.എം. ദാമോദരൻ നമ്പ്യാർ

ഹെഡ്മാസ്റ്റർ ഇ.എം. ദാമോദരൻ നമ്പ്യാർ സ്വാഗതം പറഞ്ഞു. കവി കൂടാളിയിലുണ്ടായിരുന്ന കാലത്തെ ചില അനുഭവങ്ങൾ ഹെഡ്മാസ്റ്റർ ഓർത്തെടുത്ത് പറയുമ്പോൾ കവി സാകൂതം ശ്രവിക്കുന്നുണ്ടായിരുന്നു. ഹ്രസ്വമെങ്കിലും ഹൃദയസ്പർശിയായിരുന്നു സ്വാഗത ഭാ

ഷണം. തുടർന്ന് സ്വീകരണം. ഹാരാർപ്പണം നടത്താൻ നിരവധി വ്യക്തികളും സംഘടനാ - സ്ഥാപനങ്ങളുടെ പ്രതിനിധികളും മുൻകൂട്ടി പേർ രജിസ്റ്റർ ചെയ്തിരുന്നു. സ്കൂളിനു വേണ്ടി ഹെഡ്മാസ്റ്റർ മുല്ലപ്പൂമാല അണിയിച്ചു. അതിനുശേഷം എം.കെ രാമകൃഷ്ണൻമാസ്റ്റർ, ഹാരാർപ്പണം ചെയ്യുന്നവരുടെ പേരുകൾ ഓരോന്നായി വായിച്ചു. തുടർന്നുള്ള ഹാരാർപ്പണം കവി നാടകീയമാക്കി. ഒരാളിട്ട മാല അടുത്ത ആൾ വരുമ്പോൾ അയാളുടെ കഴുത്തിൽ അങ്ങോട്ട് ഇട്ടു കൊടുത്തു. കവിയുടെ ഈ 'കുസൃതി' കണ്ട് സദസ്സ് കയ്യടിച്ചു. അങ്ങനെ ഖദർ ഷാൾ അണിയിച്ച ആൾക്ക് പൂമാല കിട്ടി. ചിലർക്ക് തിരിച്ചും.

ഹാരാർപ്പണത്തിന് തയ്യാറായി നിന്ന നീണ്ടനിര തീരുന്നതുവരെ ഈ 'നാടകം' തുടർന്നു. ജനം കയ്യടിച്ച് പ്രോത്സാഹിപ്പിച്ചുകൊണ്ടിരുന്നു. തന്നെ ആദരിക്കുന്നവരോട് നന്ദി പറയുക കൂടിയാണ് കവി ഈ പ്രക്രിയയിലൂടെ ഉദ്ദേശിച്ചത്. ഏതായാലും ഏറെ സമയം നീണ്ടുനിന്ന സ്വീകരണ പരിപാടി കാണികളുടെ കണ്ണിന് അമൃതമായി. ഏറ്റവും ഒടുവിൽ ഹാരാർപ്പണം ചെയ്തത് നാട്ടിലെ എന്റെ ഗ്രന്ഥശാലയായ നവപ്ര വായനശാല & ഗ്രന്ഥാലയത്തിന്റെ പേരിൽ, സെക്രട്ടറിയായ ഞാനായിരുന്നു. ഒരു ഷാൾ ആണ് ഞാൻ അണിയിച്ചത്. അതിനുപകരം കഴുത്തിലുള്ള മറ്റൊരു ഷാൾ എനിക്ക് തിരിച്ചു തരാൻ കവി തുനിഞ്ഞപ്പോൾ ഞാൻ പെട്ടെന്ന് സ്റ്റേജിൽ നിന്ന് ഇറങ്ങിക്കളഞ്ഞു.- 'പഹയൻ പോയല്ലോ' എന്ന് കവി പറയുന്നുണ്ടായിരുന്നു! അങ്ങനെ ആ പഴയ 'പഹയൻ' പ്രയോഗവും സദസ്സ് ആസ്വദിച്ചു.

ഇത്രയേറെ ഷാളുകളും മാലകളും അണിയിച്ചിട്ടും ഒരു മുല്ലമാലയും ഒരു ഖാദി ഷാളും മാത്രമേ കവിയുടെ കഴുത്തിൽ ഉണ്ടായിരുന്നുള്ളൂ. എഴുതുന്നതുപോലെ പ്രവർത്തനവും കാവ്യമയമാക്കാനുള്ള കവിയുടെ

കഴിവ് അനുപമമായിരുന്നു.

പി. കവിതകളെകുറിച്ച് ആഴത്തിൽ പഠിച്ച എസ്. ഗുപ്തൻ നായരാണ് ഉദ്ഘാടകൻ.

പി . യുടെ വരികൾ കരതലാമലകം പോലെ കൈകാര്യം ചെയ്തുകൊണ്ടുള്ള ഗുപ്തൻ നായരുടെ പ്രസംഗം സദസ്സ് നന്നായി ആസ്വദിച്ചു - ഗുപ്തൻനായർ പറഞ്ഞു- ഞാൻ ഒരിക്കൽ കവിയോട് ചോദിച്ചു- അങ്ങയ്ക്ക് ഏറ്റവും ഇഷ്ടപ്പെട്ട സ്വന്തം കവിത ഏതാണ്?

കവി പറഞ്ഞത് 'സൗന്ദര്യദേവത' എന്നായിരുന്നു. എന്നാൽ എനിക്ക്, ഒരുപക്ഷേ നിങ്ങൾക്കും 'കളിയച്ഛ' നാണ്. കളിയച്ഛൻ കവിയുടെ മാസ്റ്റർപീസാണ്. കയ്യടിയിലൂടെ സദസ്സ് അത് അംഗീകരിച്ചപ്പോൾ കവി ഊറിച്ചിരിക്കുന്നുണ്ടായിരുന്നു.

പ്രശസ്ത കവി എൻ.എൻ കക്കാട്, നെട്ടൂർ പി. ദാമോദരൻ, കെ.ടി. കുഞ്ഞിക്കേളപ്പൻ നമ്പ്യാർ, ജില്ലാ വിദ്യാഭ്യാസ ഓഫീസർ ലീലാ ദാമോദര മേനോൻ, കെ.ടി. ഹസിശ്ചന്ദ്രൻ നമ്പ്യാർ തുടങ്ങിയവർ പ്രസംഗിച്ചു. ഹെഡ്മാസ്റ്റർ സപ്തതി ഉപഹാരം സമർപ്പിച്ചു. അത് എന്തെന്ന് നോക്കാതെ പെട്ടെന്ന് ജുബ്ബയുടെ കീശയിൽ സൂക്ഷിച്ചു.

പ്രതിവാദനത്തിന് അധ്യക്ഷൻ കവിയെ ക്ഷണിച്ചു. വർഷങ്ങൾക്കു മുമ്പ് കേട്ടു പരിചയമുള്ള ആ തേൻമൊഴി കേൾക്കാൻ സദസ്സ് കാതോർത്തു. കവി പറഞ്ഞു- ഇതൊന്നും ഈ പാവം കുഞ്ഞിരാമനു നല്കുന്നതല്ല എന്ന് എനിക്കറിയാം. കവിക്കു നല്കുന്നതാണ്. കവിതയ്ക്കു നല്കുന്നതാണ്.

ഞാൻ ഇവിടെനിന്ന് പോയതിൽ പലർക്കും പരിഭവമുണ്ട്. അത് അന്നും ഇന്നും ചിലർ എന്നെ അറിയിച്ചു. അതിന് ഇവിടെയുള്ളവർ ആരും കാരണക്കാരല്ല. ഞാൻ തന്നെയാണ് കാരണക്കാരൻ. എന്റെ സ്വാർത്ഥമാണ്. ഒരിടത്തും ഉറച്ചുനില്ക്കാത്ത എന്നെ പത്തു പന്ത്രണ്ടു വർഷം ഇവിടെ തളച്ചിടാൻ നിങ്ങൾക്ക് കഴിഞ്ഞു. ഓർക്കുമ്പോൾ എനിക്ക് അത്ഭുതം തോന്നുന്നു. നിങ്ങൾ തന്ന സ്നേഹം, നിങ്ങൾ തന്ന ആദരവ്, നിങ്ങളുടെ സഹകരണം- അങ്ങനെയാണ് അത്രയും കാലം ഇവിടെ സുഖസുന്ദരമായി ജീവിച്ചത്.

കവിതയ്ക്ക് വളം ഭാവനയാണ്. അനുഭവങ്ങളുടെ വൈവിധ്യം വേണം ഭാവനയ്ക്ക്. അടങ്ങിയിരുന്നാൽ അനുഭവങ്ങളുണ്ടാവില്ല. അലഞ്ഞുതിരിയണം. എങ്കിലേ എഴുതാൻ പറ്റൂ. ഞാൻ കുറേ എഴുതി. അതിൽ ചിലതൊക്കെ കവിതയാണെന്ന് പറയുന്നു. ഇദ്ദേഹവും (ഗുപ്തൻനായരെ ചൂണ്ടിക്കൊണ്ട്) പറയുന്നു. ഇനി എത്രകാലം- അറിയില്ല. ആർക്കും

അറിയില്ല. ആ പരാശക്തിക്ക് മാത്രം അറിയാം.

ഒരു നിമിഷം കവി മൗനിയായി. കൂടുതൽ പറയാൻ എന്തോ ഓർക്കുകയാണെന്നാണ് കരുതിയത്. പക്ഷേ, കവി പെട്ടെന്ന് നിർത്തി . എല്ലാവർക്കും നന്ദി.. ഈ സ്വീകരണത്തിനും ഉപഹാരത്തിനും നന്ദി . തികച്ചും അപ്രതീക്ഷിതമായാണ് പി. ഉപസംഹരിച്ചത്.

" കവി കാറിൽ വന്നിറങ്ങുന്നതുവരെ ഞങ്ങൾക്ക് വളരെ ടെൻഷനായിരുന്നു. സ്വന്തം കല്യാണം പോലും മറന്നുപോയ ആളല്ലേ. ഇതും മറന്നു പോയാലോ" -? നന്ദി പറയുമ്പോൾ ഹിന്ദി മാഷ് സൂചിപ്പിച്ചു. ഏതായാലും നിശ്ചിത സമയത്തു തന്നെ വന്നെത്തിയ മഹാകവിക്കും ഈ വലിയ സദസിനും നന്ദി പറയുന്നു എന്ന നന്ദി വാക്യത്തോടെ സപ്തതിയാഘോഷം സമാപിച്ചു.

തിരിച്ചുപോകാൻ കവി കാറിൽ കയറുമ്പോൾ ഞാൻ സാറിനോട് സ്വകാര്യം പറഞ്ഞു. - സാർ കുറച്ചുകൂടി സംസാരിക്കുമെന്ന് പ്രതീക്ഷിച്ചു- കേട്ടത് മതിയായില്ല.

" ഇനിയും വരാമെടോ" - കവി പറഞ്ഞു. പക്ഷേ, കവി പിന്നെ വന്നില്ല. രണ്ടു വർഷം കഴിഞ്ഞപ്പോൾ, ഒരിക്കലും തിരിച്ചു വരാൻ കഴിയാത്ത ലോകത്തേക്കു പോയി.

"അല്ലെങ്കിലാരും തിരി-
ച്ചേകണമല്ലോ ദൈവം
വന്നു ചോദിച്ചാലന്നീ
വാടകവീട്ടിൻതാക്കോൽ!"

പി. സ്മാരക അവാർഡ് ദാനം

മഹാകവി പി യുടെ ചരമത്തിന് ശേഷവും കവി അനുസ്മരണവും കാവ്യാസ്വാദന പരിപാടികളും കൂടാളി ഹൈസ്കൂളിൽ പല തവണ സംഘടിപ്പിച്ചിട്ടുണ്ട്. സ്കൂൾ സാഹിത്യവേദിയുടെ പ്രതിവർഷ ഉദ്ഘാടന വേളകളിലും വേദിയുടെ ആഭിമുഖ്യത്തിൽ കുട്ടികൾക്കായി സംഘടിപ്പിക്കുന്ന സാഹിത്യപഠന കേമ്പുകളിലും മഹാകവിയുടെ ദീപ്ത സ്മരണകളോടെ പി കവിതകൾ ചർച്ച ചെയ്യപ്പെട്ടിട്ടുണ്ട്.

ഡോ. സുകുമാർ അഴീക്കോട് ചെയർമാനും കവിയുടെ മകൻ വി. രവീന്ദ്രൻ നായർ സെക്രട്ടറിയുമായ പി. സ്മാരക ട്രസ്റ്റിന്റെ അവാർഡ് ദാനം ഒരു തവണ കൂടാളിയിൽ വെച്ചാണ് നടത്തിയത്. 2002ൽ വജ്രജൂബിലി ആഘോഷിച്ച കൂടാളി പൊതുജന വായനശാലയും, കൂടാളി ഹൈസ്കൂളും, പി സ്മാരക ട്രസ്റ്റും സംയുക്തമായാണ് പ്രൗഢമായ ആ പരിപാടി സംഘടിപ്പിച്ചത്. അവാർഡിന് തെരഞ്ഞെടുക്കപ്പെട്ടത് ഒ.എൻ.വി. കുറുപ്പ് ആയിരുന്നു. അതുകൊണ്ട് തന്നെ അതിന്റേതായ പുതുമയും പൊലിമയും ആ പരിപാടിക്ക് ഉണ്ടായി.

2002 ഒക്ടോബർ 26, 27 തീയ്യതികളിൽ വൈവിധ്യമാർന്ന കൂട്ടായ്മകളുണ്ടായി. അതിൽ ആദ്യത്തേത് 'ഓർമകളിലെ പി' എന്ന പരിപാടി ആയിരുന്നു. മഹാകവിയുടെ മകനും സ്കൂളിലെ പൂർവ്വ വിദ്യാർത്ഥിയുമായ വി.രവീന്ദ്രൻ നായരാണ് ഉദ്ഘാടനം ചെയ്തത്. മഹാകവിയുടെ ജീവിതം നിത്യവിസ്മയമായിരുന്നുവെന്ന് നല്ലൊരു എഴുത്തുകാരൻ കൂടിയായ രവീന്ദ്രൻ നായർ എടുത്തു പറഞ്ഞു. പി. ഒരു മഹാകവി എന്ന പോലെ മഹാമനസ്കനുമായിരുന്നു. ഏതുപോലെ അദ്ദേഹം ജീവിച്ചുവോ അതുപോലെ തന്നെ അദ്ദേഹം കവിതയെഴുതി; ഏതുപോലെ അദ്ദേഹം എഴുതിയോ അതുപോലെ ജീവിച്ചു. അദ്ദേഹത്തിന് അറിയുന്ന ഒരേയൊരു കാര്യം കവിതയെഴുത്ത് ആയിരുന്നു. 'കൊടുക്കലാണ് പ്രഭുത്വം' എന്ന് വിശ്വസിച്ച ആളായിരുന്നു പി. അധ്യാപകനായിരുന്ന കാലത്ത് ശമ്പളം വാങ്ങി വീട്ടിലെത്തുമ്പോഴേക്കു തന്നെ കിട്ടിയത് മുഴുവൻ തീർന്നിട്ടുണ്ടാകും. കവിതയ്ക്ക് വേണ്ടി മാത്രം ജീവിച്ച, കവിതയ്

പി. കൃഷ്ണൻ

ക്ക് വേണ്ടി മറ്റെല്ലാം പരിത്യജിച്ച മഹാകവിയായിരുന്നു പി.

കൂടാളി ഹൈസ്കൂളിൽ പി. യുടെ സഹപ്രവർത്തകരായിരുന്ന കെ.ടി. രാമകൃഷ്ണൻ മാസ്റ്റർ, പി. കൃഷ്ണൻ, കെ.കെ. രാമചന്ദ്രൻ, എം.കെ രാമകൃഷ്ണൻ എന്നിവർ കവിയോർമ്മകൾ പങ്കുവെച്ചു. ശിഷ്യരായ കെ.കെ.ഭരതൻ, സി. കുഞ്ഞിക്കണ്ണൻ, കെ. മോഹനൻ, ഇ.പി. ആർ വേശാല, എം.കെ. മാധവൻ, പി.കെ. ഹരിദാസൻ തുടങ്ങിയവരും ഗുരുസ്മരണകളുടെ പുഷ്പാർച്ചന നടത്തി.

കവിയുടെ ശിഷ്യന്മാർ സ്വന്തം ഗുരുനാഥനെ കുറിച്ച് പറഞ്ഞതെല്ലാം അനവദ്യമായ ഗുരുഭക്തിയുടേയും അനിർവചനീയമായ അഭിമാനത്തിന്റെയും ബഹിർസ്ഫുരണങ്ങളായിരുന്നു. പാടാനറിയുന്നവർ പി . യുടെ വരികൾ മനോഹരമായി ആലപിച്ചും സംസാരിക്കുന്നവർ ഓർമ്മകൾ ചികഞ്ഞെടുത്ത് അവതരിപ്പിച്ചും സദസ്സിനെ കയ്യിലെടുത്തു. മനോഹരമായ പദാവലികൾ ഉപയോഗിച്ച് തന്റെ ശിഷ്യഗണങ്ങൾ സംസാരിക്കുന്നത് കേൾക്കാൻ പി .പുനർജനിച്ച് മുന്നിൽ വന്നു നിൽക്കുന്ന പ്രതീതിയായിരുന്നു ശ്രോതാക്കൾക്ക്!

രണ്ടാമത്തെ ദിവസം നടത്തിയ സെമിനാറിന്റെ ഉദ്ഘാടനം ഡോ. കെ.എച്ച്. സുബ്രഹ്മണ്യന്റെ അധ്യക്ഷതയിൽ കെ.പി.ശങ്കരൻ നിർവ്വഹിച്ചു. പി. യുടെ കൃതികൾ മലയാള ഭാഷയ്ക്ക് കിട്ടിയ വരദാനമാണെന്ന് അധ്യക്ഷൻ സൂചിപ്പിച്ചു.

ഒ.എൻ.വിയുടെ 'ഈ കിന്നാരം' എന്ന കവിതാ സമാഹാരമാണ് അവാർഡിന് അർഹമായത്. അവാർഡ് ദാനം നിർവ്വഹിച്ചുകൊണ്ട് സുകുമാർ അഴീക്കോട് ചെയ്ത പ്രഭാഷണം ഹ്രസ്വമെങ്കിലും ശ്രുതിമധുരമായിരുന്നു. കാലാതീതമായ കവിതകളുടെ കർത്താവാണ് പി. യെന്ന് അദ്ദേഹം പറഞ്ഞു. കാലത്തെ അതിജീവിക്കാൻ കലക്കും സാഹിത്യത്തിനും മാത്രമേ കഴിയൂ. അതുകൊണ്ടാണ് യൂഗോവിനെയും, ഗോർഖിയേയും, ഷെയിക്സ്പിയറേയും, എന്തിന് നമ്മുടെ കാളിദാസനെയും, ടാഗോറിനെയുമൊക്കെ ഇന്നും വായിക്കുന്നത്. പി യെ പോലെ പ്രകൃതി ബോധമുള്ള കവിയാണ് ഒ.എൻ.വി എന്നും അഴീക്കോട് സമർത്ഥിച്ചു. പഴയ നാണയങ്ങൾ വലിച്ചെറിഞ്ഞു പുതിയവ സൃഷ്ടിക്കുന്നവരാണ് കവികൾ. മലയാള കവിതയിൽ ഒരു യുഗപ്പിറവിക്ക് നാന്ദി കുറിച്ച

പി . ക്ക് പിൻഗാമിയായി ഒ.എൻ.വി മാത്രമാണുള്ളതെന്ന് അഴീക്കോട് മാഷ് പറഞ്ഞു.

പുരസ്കാരം സ്വീകരിച്ചതിന് ശേഷം ഒ.എൻ.വി കുറുപ്പ് നടത്തിയ പ്രതിവാദനം പി. യുടെ കവിതയിലൂടെയുള്ള ഒരു തീർത്ഥയാത്ര തന്നെയായിരുന്നു. കവിതയിലൂടെ സ്വന്തം 'പാപങ്ങൾ' ഏറ്റുപറഞ്ഞ പി, ആത്മകഥാകഥനത്തിൽ പുതിയൊരു മാനം കണ്ടെത്തുകയായിരുന്നു. വിഹ്വലതകൾ തന്ത്രപൂർവം മറച്ചുവെച്ചും അല്ലാത്തവ തേച്ചുമിനുക്കിയുമുള്ള ആത്മകഥകൾ വായിച്ചു ശീലിച്ച അനുവാചകർക്ക് പി.യുടെ മൂന്ന് ആത്മകഥാകൃതികളും വേറിട്ട അനുഭൂതിയാണ് പ്രദാനം ചെയ്യുന്നത്.

വിശ്വമാനവികതയുടെ സന്ദേശങ്ങളും വിശ്വമാനവന്റെ വിഷാദങ്ങളും കവിതയ്ക്ക് വിഷയമാക്കിയ പി. വള്ളത്തോളിന് ശേഷം 'മലയാളത്തിന്റെ തല' എന്ന് വിശേഷിപ്പിക്കാവുന്ന മഹാകവിയാണ്. ഒ.എൻ.വി. പറഞ്ഞു. വള്ളത്തോളിന്റെ സാഹിത്യമഞ്ജരിയിലെ 'മലയാളത്തിന്റെ തല' എന്ന പ്രസിദ്ധമായ കവിതയാണ് ഒ.എൻ.വി ഭംഗ്യന്തരേണ ഇവിടെ സൂചിപ്പിച്ചത്.

വൈകുന്നേരം നടന്ന കവി സമ്മേളനത്തിൽ ഒ.എൻ.വി. കുറുപ്പ്, മേലത്ത് ചന്ദ്രശേഖരൻ കുഞ്ഞപ്പ പട്ടാന്നൂർ, കെ.വി. ഗോപാലവാര്യർ, ഇ.പി. ആർ. വേശാല, രാഘവൻ മുട്ടന്നൂർ തുടങ്ങിയവർ പങ്കെടുത്തു. തുടർന്ന് പി. കവിതകളുടെ സംഗീതാവിഷ്കരണവും ഉണ്ടായി.

മഹാകവി പി എന്റെ ഗുരുനാഥൻ

കെ.ടി. സുധാകരൻ, കൂടാളി

മഹാകവി പി. കുഞ്ഞിരാമൻ നായർ ഒരു വ്യാഴവട്ടക്കാലം കൂടാളി ഹൈസ്കൂളിൽ മലയാളം അധ്യാപകനായിരുന്നു. അവിടെ ഞാൻ വിദ്യാർത്ഥി ആയിരുന്ന കാലം - ഫോർത്ത് ഫോമിൽ പഠിക്കുമ്പോഴാണ് ഒരു ദിവസം കവി ക്ലാസ്സിൽ കടന്നു വരുന്നത് . ക്ലാസ്സിലേക്കുള്ള കവിയുടെ വരവു തന്നെ നാടകീയമായിരുന്നു. ക്ലാസ്സും ഡിവിഷനും തിരഞ്ഞുപിടിച്ച് പുറത്തുനിന്ന് ഒളിഞ്ഞു നോക്കി പെട്ടെന്നൊരു രംഗപ്രവേശം!

അലക്കിതേച്ച ഖാദി വസ്ത്രം ധരിച്ച, ആജാനബാഹുവായ അദ്ദേഹം ക്ലാസ്സിൽ കയറുമ്പോൾ രണ്ടാം വർഷക്കാരായ കുട്ടികൾ വിളിച്ചു പറഞ്ഞു - കവിമാഷ്!

മുൻനിരയിലുള്ള ബെഞ്ചിൽ നിന്ന് പിന്നോട്ട് കവിയുടെ കണ്ണുകൾ പാഞ്ഞു. പെട്ടെന്ന് ഒരു കുട്ടിയുടെ അടുത്ത് ചെന്ന് ചോദിച്ചു - "പേരെന്താ?"

അവൻ പേരു പറഞ്ഞു. പക്ഷേ, പതുക്കെ ആയിപ്പോയി.

"ഉറക്കെപറ" - കവി ശബ്ദം കനപ്പിച്ചു. അവൻ ഞെട്ടിപ്പോയി! കൂറേക്കൂടി ഉറക്കെ വീണ്ടും പേര് പറഞ്ഞു. കവി അവന്റെ കൈ പിടിച്ച് സ്വന്തം മൂർദ്ദാവിൽ വെച്ച് മന്ത്രിച്ചു-

" അനുഗ്രഹിക്കണം, അനുഗ്രഹിക്കണം ...!" ക്ലാസ്സിൽ കൂട്ടച്ചിരി! കവിമാഷ് പെട്ടെന്ന് ക്ലാസ്സിലെ ചെറിയ സ്റ്റേജിൽ കയറി. കസാരയിൽ ഇരുന്നു. പാഠപുസ്തകമെടുത്തു. ആദ്യത്തെ പാഠം ഒരു കവിതയായിരുന്നു - വള്ളത്തോളിന്റെ "എന്റെ ഗുരുനാഥൻ".

കവിമാഷ് ക്ലാസ്സിൽ കവിത ചൊല്ലുകയല്ല, പറയുകയാണ് ചെയ്യുക-

ലോകമേ തറവാട് - ലോകം മുഴുവൻ തറവാടാണ്. ത്യാഗമെന്നതേ നേട്ടം - ത്യാഗം തന്നെയാണ് നേട്ടം - അങ്ങനെ പോകുന്നു കവിയുടെ ക്ലാസ്സ്. വരികളുടെ പദാനുപദം അർത്ഥവും സാരവും പറഞ്ഞു പഠിപ്പിക്കും. എഴുതിയെടുക്കാൻ സാവകാശം തരും, അവസാനം ഒരു അന്ത്യശാസനം -

"നാളേക്ക് എല്ലാവരും മന:പാഠം പഠിക്കണം"

'നാളേക്കോ"? – ഞങ്ങൾ ഏകസ്വരത്തിൽ ചോദിക്കും. എന്നാൽ ചോദ്യം കേട്ട ഭാവമില്ല. തുടർന്ന് ചില കുട്ടികളെകൊണ്ട് പദ്യം ഉറക്കെ ചൊല്ലിക്കുന്നു. അവർ ചൊല്ലുമ്പോൾ കവി ധ്യാനനിരതനായി ഇരിക്കും. ചൊല്ലുന്നത് തെറ്റുമ്പോൾ ഒരു നീണ്ടമൂളലുണ്ട് -

തൃപ്തികരമായി കവിത ചൊല്ലുന്നവന് കൽക്കണ്ടമോ കടലമിഠായിയോ കിട്ടും. പിന്നെ അവനായിരിക്കും കവിയുടെ ക്ലാസ്സിലെ താരം! അങ്ങനെയൊരു താരമാകാൻ കുട്ടികളുടെ ഇടയിൽ ഒരു സൗഹൃദമത്സരം തന്നെ നടക്കാറുണ്ട്. കവി എഴുതുന്ന പുതിയ കവിതകൾ പത്രമാസികകൾക്ക് അയക്കുന്നതിന് മുമ്പ് ഈ താരങ്ങളെ കൊണ്ട് ചൊല്ലിക്കാറുണ്ടായിരുന്നു.

എന്റെ അച്ഛൻ കെ.ടി. കുഞ്ഞിക്കേളപ്പൻ നമ്പ്യാർ കൂടാളി ഹൈസ്കൂൾ ഹെഡ്മാസ്റ്ററും കവിയുടെ സഹപ്രവർത്തകനുമായിരുന്നു. 'സഹദേവൻ' എന്ന തൂലികാനാമത്തിൽ അച്ഛൻ എഴുതാറുണ്ടായിരുന്നു. സഞ്ജയൻ മാസികയിലും മറ്റ് ആനുകാലികങ്ങളിലും പ്രസിദ്ധീകരിച്ച ലേഖനങ്ങളുടെ ഒരു സമാഹാരം 'സഹദേവവാക്യം' എന്ന പേരിൽ പ്രസിദ്ധീകരിച്ചിട്ടുണ്ട്.

അച്ഛൻ പി. കവിതകളുടെ നല്ലൊരു ആസ്വാദകനായിരുന്നു. അദ്ദേഹമെഴുതിയ 'മലയാളത്തിന്റെ മഹാകവി' എന്ന ഒരു ലേഖനം മേൽ സൂചിപ്പിച്ച കൃതിയിൽ ഉൾപ്പെടുത്തിയിട്ടുണ്ട്. ' കവിത്വം ജന്മസിദ്ധമായ ഒരു ദിവ്യാനുഗ്രഹമാണെന്നതിന്റെ ഉത്തമ നിദർശനമാണ് കുഞ്ഞിരാമൻ നായർ' എന്ന് അദ്ദേഹം ഈ ലേഖനത്തിൽ സൂചിപ്പിക്കുന്നു.

പി.യെ 'മലയാളത്തിന്റെ മഹാകവി' യെന്ന് വിളിക്കാനാണ് താൻ ആഗ്രഹിക്കുന്നതെന്ന് പതിറ്റാണ്ടുകൾ മുമ്പേ അച്ഛനെഴുതിയ ലേഖനത്തിൽ പ്രത്യേകം പറഞ്ഞിട്ടുണ്ട്.

ഗാന്ധിജിയുടെ ജന്മശതാബ്ദിവർഷമായ 1969 ൽ ഹെഡ്മാസ്റ്റർ കുഞ്ഞിക്കേളപ്പൻ നമ്പ്യാരുടെ നേതൃത്വത്തിൽ മനോഹരമായ ഒരു ഗാന്ധിമണ്ഡപം സ്കൂളിൽ നിർമ്മിച്ചിരുന്നു. സ്വാതന്ത്ര്യസമരസേനാനിയും മാതൃഭൂമി പത്രത്തിന്റെ പത്രാധിപരുമായ കെ.പി കേശവമേനോനാണ് അതിന്റെ ഉദ്ഘാടനം നിർവഹിച്ചത്. മഹാകവി പി. വിശിഷ്ടാതിഥിയായി.

1969–ൽ പ്രശസ്ത സേവനത്തിനുള്ള സംസ്ഥാന അധ്യാപക അവാർഡ് അച്ഛന് ലഭിക്കുകയുണ്ടായി. അദ്ദേഹത്തെ മുക്തകണ്ഠം അഭിനന്ദിച്ചുകൊണ്ട് കവി കത്തയച്ചിരുന്നു.

മൂന്നരപതിറ്റാണ്ടു കാലത്തെ സേവനത്തിനുശേഷം 1970 മാർച്ച് 31 നാണ് അച്ഛൻ റിട്ടയർ ചെയ്തത്. സ്കൂളിൽ നടത്തിയ ഔപചാരികമായ യാത്രയയപ്പു പരിപാടിയിൽ പങ്കെടുക്കാൻ സഹപ്രവർത്തകൻ കൂടി

യായ മഹാകവി പി. യെ ക്ഷണിച്ചിരുന്നു. പക്ഷേ അന്ന് അദ്ദേഹത്തിന് വരാൻ കഴിഞ്ഞില്ല.

അടുത്തമാസം ഏപ്രിൽ 23 ന് പൂർവ്വ വിദ്യാർത്ഥികളും നാട്ടുകാരും ചേർന്ന് ഹൃദ്യമായ മറ്റൊരു യാത്രയയപ്പ് സംഘടിപ്പിക്കുകയുണ്ടായി. അതിൽ മുഖ്യാതിഥിയായി പി. പങ്കെടുത്തു. സുപ്രസിദ്ധ സാഹിത്യകാരൻ കരിമ്പുഴ രാമകൃഷ്ണൻ, ചിറക്കൽ ടി. ബാലകൃഷ്ണൻ നായർ, ജില്ലാ കലക്ടർ ജെ. എസ് യേശുദാസ്, ഡി.ഇ.ഒ പി.എം. ജോർജ്ജ് എന്നിവരായിരുന്നു മറ്റ് വിശിഷ്ടാതിഥികൾ.

പൂർവ്വ വിദ്യാർത്ഥികളുടെ വകയായി കെ.ടി കുഞ്ഞിക്കേളപ്പൻ നമ്പ്യാരുടെ പേരിൽ സ്കൂളിന്റെ മുന്നിൽ കൂടാളി ബസ് സ്റ്റോപ്പിൽ ഒരു പുതിയ ബസ്സ് ഷെൽട്ടർ നിർമ്മിച്ചിരുന്നു. അതിന്റെ ഉദ്ഘാടനവും ഈ യാത്രയയപ്പു പരിപാടിയിൽ വെച്ചാണ് നിർവ്വഹിച്ചത്.

കഴിമ്പുഴ രാമകൃഷ്ണന്റെ അധ്യക്ഷ പ്രസംഗത്തിനുശേഷം പി. യാണ് സംസാരിച്ചത്. അദ്ദേഹം പറഞ്ഞു - കഴിഞ്ഞ മാസം കേളപ്പൻ നമ്പ്യാർക്ക് സ്കൂൾ നല്കിയ യാത്രയയപ്പിൽ പങ്കെടുക്കാൻ എന്നെ ക്ഷണിച്ചിരുന്നു. എനിക്ക് എത്തിച്ചേരാൻ കഴിഞ്ഞില്ല. അതിന്റെ പരിഭവം തീർക്കാൻ കൂടിയാണ് ഇന്ന് ഞാൻ വന്നത് -

ഞാൻ ഒരു സംശയം ചോദിക്കട്ടെ - ഈ ഗുരുനാഥനെ നിങ്ങൾ എവിടേക്കാണ് യാത്രയയക്കുന്നത്. അങ്ങനെ യാത്രയയച്ചാൽ പോകുന്നവരാണോ, പോകേണ്ടവരാണോ അധ്യാപകർ? അവർ ക്ഷേത്രങ്ങളിലെ പ്രതിഷ്ഠപോലെ കുട്ടികളുടെ മനസ്സിൽ പ്രതിഷ്ഠിക്കപ്പെട്ടവരാണ്. ഇങ്ങനെ പറഞ്ഞയച്ച ഞാൻ തിരിച്ചു വന്നില്ലേ. പോയാലും തിരിച്ചുവരും. ഈ മാഷമ്മാർ അങ്ങനെയാണ്. അവർക്ക് കുട്ടികളെ വിട്ട് പോകാൻ കഴിയില്ല!

വിദ്യാർത്ഥികളും വിദ്യാലയവും അധ്യാപകരും തമ്മിലുള്ള പരസ്പര ബന്ധം രൂഢമൂലമാണ് - കവിയുടെ വാക്കുകൾ അങ്ങനെ സദസ്യരുടെ ഉള്ളിന്റെ ഉള്ളിൽ പടർന്നുകയറി.

ഒരിക്കൽ ഞാൻ ഗുരുവായൂരിൽ പോയപ്പോൾ അവിസ്മരണീയമായ ഒരു അനുഭവമുണ്ടായി. കിഴക്കെനടയിലെ ദേവസ്വം സത്രത്തിന്റെ മുന്നിലൂടെ ഞാൻ നടക്കുകയായിരുന്നു. അപ്പോൾ അവിടെ ചെറിയ ആൾക്കൂട്ടം. ഞാൻ അടുത്തുചെന്ന് നോക്കിയപ്പോഴാണ് കാരണം മനസ്സിലായത്. പി. അവിടെ ഉണ്ടായിരുന്നു. അതുകൊണ്ടാണ് ആളുകൾ അവിടെ വട്ടം കൂടി നിന്നത്.

ഭക്തജനങ്ങൾ പരമഭക്തനായ കവിയുമായി സംവദിക്കുകയായിരു

ന്നു. ആൾക്കൂട്ടം ഒഴിയുന്നതുവരെ ഞാൻ കാത്തുനിന്നു. പിന്നീട് അടുത്തുചെന്ന് പറഞ്ഞു.

" സർ, ഞാൻ കൂടാളിയിലാണ്".

കവി എന്നെ സൂക്ഷിച്ചുനോക്കി - ഒന്നും പ്രതികരിച്ചില്ല.

" സർ, ഞാൻ കെ.ടി. കുഞ്ഞിക്കേളപ്പൻ നമ്പ്യാരുടെ മകൻ സുധാകരനാ..."

അതുകേട്ട മാത്രയിൽ കവി വല്ലാത്തൊരു ആഹ്ലാദാരവത്തോടെ എന്നെ കെട്ടിപ്പിടിച്ചു. ഞാൻ അത്രയും പ്രതീക്ഷിച്ചിരുന്നില്ല.

മഹാകവിയുടെ ഈ സ്നേഹപ്രകടനം കണ്ടു നിന്നവർ "ഇയാളാര്"? എന്ന ഭാവത്തിൽ എന്നെ നോക്കി അത്ഭുതം കൂറുന്നുണ്ടായിരുന്നു. ഗുരുവായൂരപ്പന്റെ സന്നിധിയിൽ ഗുരുവുമായുള്ള ഈ കൂടിക്കാഴ്ച ഒരപൂർവ സൗഭാഗ്യമായി ഞാൻ കരുതുന്നു.

1970 ൽ സ്കൂളിന്റെ സിൽവർ ജൂബിലിയാഘോഷവേളയിൽ പി. കവിത തുളുമ്പുന്ന ഗദ്യശൈലിയിൽ സ്കൂളിന്ന് ഒരു ആശംസാ സന്ദേശം അയച്ചുതന്നിരുന്നു.

" കൂടാളി ഹൈസ്കൂൾ എന്റെ മനോഭിത്തിയിലെ സുന്ദരചിത്രങ്ങളിൽ ഒന്നാണ്. വയനാടൻ മലനിരയിലെ മധുരനാരങ്ങ തോപ്പിലൂടെ ഇഴഞ്ഞു പോകുന്ന നീണ്ടപാത, പാതയോര ത്തെ അരയാൽമരം, സമീപമുള്ള പ്രസിദ്ധമായ സ്കൂൾ,......"അങ്ങനെ തുടരുന്നു മഹാകവിയുടെ ആ ആശംസാ വചസ്സുകൾ!

1995 ൽ സ്കൂളിന്റെ സുവർണജൂബിലി വിപുലമായി ആഘോഷിക്കുകയുണ്ടായി. അന്ന് ഞാനായിരുന്നു ഹെഡ്മാസ്റ്റർ. ഒരു വർഷം നീണ്ടുനിന്ന ആഘോഷപരിപാടികളിൽ പി. കവിതകളെ കുറിച്ചുള്ള സെമിനാറും ആസ്വാദനവും സംഘടിപ്പിച്ചു. ഡോ. സുകുമാർ അഴീക്കോട് ഉൾപ്പെടെയുള്ള സാഹിത്യനായകന്മാർ പരിപാടിയിൽ പങ്കെടുത്തു.

1978 മെയ് 28 ന് രാവിലെ ആകാശവാണി വാർത്തയിലൂടെയാണ് മലയാള സാഹിത്യ ലോകത്തെ ഞെട്ടിച്ച ആ സംഭവം അറിഞ്ഞത്. മലയാളത്തിന്റെ മഹാകവി പി. അന്തരിച്ചു. തലേന്ന്, മെയ് 27 ന് രാത്രി തിരുവനന്തപുരത്തെ സി.പി. സത്രത്തിൽ വെച്ചായിരുന്നു അന്ത്യം. അങ്ങനെ കവിയായി ജനിച്ച്, കവിയായി ജീവിച്ച് കവിയായി അന്തരിച്ച പി. തന്റെ കാവ്യ പ്രയാണം മെയ് 28 ന് വൈകുന്നേരം നിളാ നദീതീരത്ത് അവസാനിപ്പിച്ചു.

കവിയച്ഛൻ-മകന്റെ ഓർമകൾ

വി. രവീന്ദ്രൻ നായർ

നീണ്ട എട്ടുവർഷത്തെ പ്രവാസത്തിനു ശേഷം അച്ഛൻ 1947 ൽ ഒരു ദിവസം കാഞ്ഞങ്ങാട്ട് തിരിച്ചുവന്നു. കുറച്ചു ദിവസം വീട്ടിൽ എഴുത്തും വായനയുമായി കഴിഞ്ഞു. അങ്ങനെയിരിക്കെ ഒരു ദിവസം കൂടാളിയിൽ ഒരു ബന്ധുവിന്റെ കല്യാണത്തിന് പോയപ്പോൾ താഴത്തുവീട്ട് തറവാട്ട് കാരണവരായ കെ.ടി കുഞ്ഞിക്കമ്മാരൻ നമ്പ്യാരെ പരിചയപ്പെട്ടു. അദ്ദേഹത്തിന്റെ മാനേജ്മെന്റിലുള്ള കൂടാളി ഹൈസ്കൂളിൽ മലയാളം അധ്യാപകനായി ചേർന്നു.

അവധി ദിവസങ്ങളിൽ കവിഭവനമായ മഠത്തിലെ വളപ്പ്വീട്ടിൽ വരുമായിരുന്നു. വരുമെന്ന് പറഞ്ഞ ദിവസം തന്നെ വരണമെന്നില്ല. മുത്തശ്ശി പലഹാരങ്ങളും വിഭവസമൃദ്ധമായ സദ്യയും ഒരുക്കിവെക്കും. ഒരു അവധി ദിവസം വീട്ടിൽ വന്നപ്പോൾ അച്ഛൻ മുത്തശ്ശിയോട് പറഞ്ഞു.

"രവി ഇ.എസ്.എൽ.സി (അന്നത്തെ എട്ടാം ക്ലാസ്സിലെ പൊതു പരീക്ഷ) പാസ്സായിട്ടുണ്ടല്ലോ. അവൻ നാളെ എന്റെ കൂടെ വരട്ടെ. കൂടാളിയിൽ ചേർക്കാം. കൂടാളിയിലെ ഹോട്ടലൂണ് മടുത്തു. അവൻ വന്നാൽ എനിക്ക് ഒരു സഹായവുമാകും. അമ്മയ്ക്ക് സഹായി ആയി കുഞ്ഞുലക്ഷ്മി ഇവിടെ നില്ക്കട്ടെ."

ഇതൊക്കെ ഞാൻ മറഞ്ഞു നിന്ന് കേൾക്കുന്നുണ്ടായിരുന്നു. എനിക്ക് സങ്കടം തോന്നി. മുത്തശ്ശി ഇടയ്ക്കിടെ ഗുരുവായൂരിൽ പോകും അപ്പോൾ അമ്മയും രാധയും മാത്രമാകും. അതായിരുന്നു എന്റെ വിഷമം. കൂടാതെ അച്ഛന്റെ കൂടെ പോയാൽ എന്റെ സർവ്വ സ്വാതന്ത്ര്യവും നഷ്ടപ്പെടും. ഇനി വൈകുന്നേരങ്ങളിലെ അരയാൽ കുളത്തിലെ നീന്തലും കുളിയും ഒന്നും നടക്കില്ല. പക്ഷേ, അച്ഛൻ പറഞ്ഞതിന് എതിർവാക്കില്ല.

അടുത്ത ദിവസം തന്നെ പാസഞ്ചർ വണ്ടിക്ക് അച്ഛനും ഞാനും പുറപ്പെട്ടു. വണ്ടിയിൽ വെച്ച് ഒരാൾ ചുരുട്ടുവലിക്കുന്നതു കണ്ട് അച്ഛൻ പ്രശ്നമുണ്ടാക്കി. തർക്കം കേട്ട് ഞാൻ ഭയന്നു പോയി. കണ്ണൂരിലിറങ്ങി, കൂടാളി വഴി പോകുന്ന ഇരിക്കൂർ ബസ്സിൽ കയറി. കൂടാളിയിലെത്തി.

ബസ്സ് സ്റ്റോപ്പിന്റെ അടുത്തു തന്നെയാണ് സ്കൂളും അച്ഛൻ താമസി

ക്കുന്ന കെട്ടിടവും. താഴെ നിലയിൽ കച്ചവട പീടികകൾ. ഒന്നാം നിലയിലെ നാല് മുറികളിൽ രണ്ടെണ്ണം അച്ഛൻ ഉപയോഗിക്കുന്നു. മറ്റൊന്നിൽ ഹിന്ദി മാഷ് താമസിക്കുന്നു. വേറൊന്ന് തോട്ടടയിലുള്ള കുഞ്ഞിക്കണ്ണൻ മാഷിന്റേതാണ്. അച്ഛന്റെ മുറിയിൽ ഗാന്ധിജിയുടെയും ടാഗോറിന്റെയും മറ്റും ഫോട്ടോകളുണ്ട്. മുത്തച്ഛന്റെ രണ്ട് പാദുകങ്ങളുമുണ്ട്. അച്ഛൻ ചാരുകസേരയിലിരുന്ന് എഴുതും, വായിക്കും. മറ്റേ മുറിയിൽ സ്റ്റൗവിൽ ഭക്ഷണം പാകം ചെയ്യും. ഞാൻ എത്തിയപ്പോൾ അത് എന്റെ മുറിയായി.

അടുത്ത ദിവസം അച്ഛന്റെ കൂടെ ഞാൻ സ്കൂളിൽ പോയി. പലരും എന്നെ കാണാൻ വന്നു. ഞാൻ അവരുടെ പ്രിയപ്പെട്ട കവിമാഷിന്റെ മകൻ! ക്ലാസ്സിൽ നല്ല സ്വീകരണമായിരുന്നു. ഞാൻ ഫോർത്ത് ഫോമിൽ ചേർന്നു. മലയാളം എടുക്കുന്നത് അച്ഛൻ തന്നെ! ഞാൻ പഠിക്കാൻ അത്ര മിടുക്കനായിരുന്നില്ല. പഠിച്ച് വലിയ ഉദ്യോഗസ്ഥനാക്കാനൊന്നും അച്ഛനു താല്പര്യമില്ല - നല്ല മനുഷ്യനാകണം - അത്രതന്നെ!

അച്ഛന്റെ അധ്യാപനത്തിന് ഏറെ പ്രത്യേകതകളുണ്ടായിരുന്നു. കവിത പഠിപ്പിക്കാനാണ് കൂടുതൽ താത്പര്യം. അച്ഛൻ സ്വന്തം കവിത പഠിപ്പിക്കുകയില്ല. അത് സ്വയം പഠിക്കണം. ചിലപ്പോൾ അച്ഛന്റെ കവിത സ്കൂളിലെ കേളൻ മാഷ് വന്ന് പഠിപ്പിക്കും (അദ്ദേഹം പിന്നീട് ഗവ: സ്കൂളിലേക്ക് പോയി. റിട്ടയർ ചെയ്തതിനുശേഷം മുണ്ടേരി പഞ്ചായത്ത് പ്രസിഡണ്ടായി). ആദ്യത്തെ കുറച്ചു ദിവസങ്ങളിൽ അച്ഛൻ എന്നോട് ചോദ്യങ്ങളൊന്നും ചോദിച്ചില്ല. ക്രമത്തിൽ എന്നോടും ചോദിക്കാൻ തുടങ്ങി. ഉത്തരം കിട്ടിയില്ലെങ്കിൽ നല്ല അടികിട്ടും. എന്നെ അടിക്കുമ്പോൾ എന്നെക്കാൾ വേദനിച്ചത് ക്ലാസ്സിലെ മറ്റ് കുട്ടികൾക്കായിരുന്നു!

ഞാൻ സ്കൂളിൽ ചേർന്നതിനുശേഷം ആദ്യത്തെ വെള്ളിയാഴ്ച വൈകുന്നേരം ഹിന്ദി മാഷും കുഞ്ഞിക്കണ്ണൻ മാഷും നാട്ടിൽ പോയി. സന്ധ്യയായപ്പോൾ ഒരു മുണ്ടും ഷർട്ടും എടുത്ത് ബേഗിൽ വെച്ച് അച്ഛനും പുറപ്പെട്ടു - "ഇവിടെ പേടിക്കാനൊന്നുമില്ല. ആര് വന്ന് വിളിച്ചാലും വാതിൽ തുറക്കരുത്. എനിക്ക് കോഴിക്കോടെ റേഡിയോ സ്റ്റേഷനിൽ പോകണം" എന്നൊക്കെ പറഞ്ഞ് പെട്ടെന്ന് ഇറങ്ങി പോയി.

രാത്രി കടകളെല്ലാം അടച്ചാൽ പരിസരമെല്ലാം വിജനമാകും. കുറുക്കൻമാരുടെ ഓരിയും പട്ടികളുടെ കുരയും കേൾക്കും. സ്കൂളിലെ വാച്ച്മേന്റെ ലാൻടൻ വിളക്കിന്റെ നേരിയ വെളിച്ചം ജനലിലൂടെ കാണാം. പേടി തോന്നുമ്പോൾ ഞാൻ എന്തെങ്കിലുമെടുത്ത് വായിക്കും. എനിക്ക് വായനാശീലമുണ്ടായത് അങ്ങനെയാണ്.

അച്ഛനുള്ളപ്പോൾ എന്റെ പ്രധാന ജോലി ഭക്ഷണം പാകം ചെയ്യലും പോസ്റ്റ് ഓഫീസിൽ പോകലുമായിരുന്നു. അച്ഛന്റെ കവിതകൾ പകർത്തി എഴുതുകയും വേണം. അത് വളരെ ശ്രമകരമായിരുന്നു. കാരണം എന്റെ കയ്യെഴുത്ത് മോശം. അച്ഛന്റേത് അതിലും മോശം. വായിച്ചെടുക്കുക എളുപ്പമല്ല.

ഒരു ദിവസം ഭക്ഷണം പാകം ചെയ്യുമ്പോൾ തിളച്ച വെള്ളം എന്റെ മുഖത്ത് തെറിച്ച് പൊള്ളി. അച്ഛൻ വല്ലാതെ പരിഭ്രമിച്ചു. പെട്ടെന്ന് എവിടെയോ പോയി ഒരു ഓയിൻമെന്റ് വാങ്ങി കൊണ്ടുവന്നു. അച്ഛന്റെ സ്നേഹം ഞാൻ തിരിച്ചറിഞ്ഞത് അന്നാണ്!

ഒരു ദിവസം അച്ഛൻ എന്നെയുംകൂട്ടി താഴത്തുവീട്ടിൽ തെയ്യം കാണാൻ പോയി. എന്നെ ഒരു സ്ഥലത്തിരുത്തി അച്ഛൻ തെയ്യത്തിന്റെ അടുത്തേക്ക് പോയി. ഞാൻ ഇരുന്നേടത്ത് തന്നെ ഉറങ്ങി. നേരം പുലർന്നപ്പോൾ ഘണ്ടാകർണൻ തെയ്യം! അച്ഛനെ കണ്ടില്ല. മുറിയിൽ വന്നപ്പോൾ അച്ഛൻ സുഖമായി ഉറങ്ങുന്നു!

ഒരു വർഷം കൂടാളിയിൽ പഠിച്ചതിനുശേഷം ഞാൻ കാഞ്ഞങ്ങാട് ദുർഗ്ഗാ ഹൈസ്കൂളിലേക്ക് മാറി. 1952-ൽ എസ്എസ്.എൽ.സി പാസ്സായി. പക്ഷേ അച്ഛൻ എന്നെ കോളേജിൽ ചേർക്കുകയോ ഒരു ജോലിക്കുവേണ്ടി ശ്രമിക്കുകയോ ചെയ്തില്ല. അക്കാലത്ത് എസ്.എസ്.എൽ.സി പരീക്ഷ പാസ്സായാൽ തന്നെ ഏറെ ജോലി സാധ്യത ഉണ്ടായിരുന്നു. പക്ഷേ അതൊന്നും അന്വേഷിക്കാൻ അച്ഛനു സമയമില്ല!

അച്ഛൻ കുടുംബസമേതം കൂടാളിക്ക് അടുത്തുള്ള കുംഭം എന്ന സ്ഥലത്തെ വാടക വീട്ടിലേക്ക് താമസം മാറ്റി. കാഞ്ഞിരോട് എന്ന സ്ഥലത്ത് പോയി വീട്ടു സാധനങ്ങൾ വാങ്ങി വരിക, അച്ഛന്റെ പുസ്തകങ്ങൾ വില്ക്കുക തുടങ്ങിയവയായിരുന്നു എന്റെ ജോലി. വാസന്തിപ്പൂക്കൾ, മണിവീണ, പൂമ്പാറ്റകൾ, വിചാരവിഹാരം എന്നീ ആദ്യകാല കൃതികളായിരുന്നു അന്ന് നടന്നു വിറ്റത്.

എന്നെ സംബന്ധിച്ചിടത്തോളം അതൊരു നഷ്ടക്കച്ചവടമായിരുന്നു. അതുകൊണ്ട് ഞാൻ ഒരു തൊഴിൽ തേടി വീടുവിട്ടിറങ്ങി. അധികം വൈകാതെ എനിക്ക് ഒരു ചെറിയ ജോലി കിട്ടി. ജോലി ചെയ്തു കൊണ്ടു തന്നെ ഞാൻ പഠിക്കാൻ തുടങ്ങി. അങ്ങനെ ബി.എ, എം.എ, ബി.എഡ്, എന്നീ ഡിഗ്രികൾ ക്രമത്തിൽ പ്രൈവറ്റായി പഠിച്ചു ജയിച്ചു. തുടർന്ന് സർക്കാർ സർവീസിൽ തന്നെ ജോലി കിട്ടി. 'പിണങ്ങിപ്പോയ പൊൻമകൻ' എന്ന കവിത എന്നെക്കുറിച്ചാണെന്ന് പലരും പറഞ്ഞു. പക്ഷേ, എനിക്ക് അച്ഛനോട് ഒരു പിണക്കവുമില്ലായിരുന്നു.

ഞങ്ങളുടെ താമസസ്ഥലമായ കുംഭത്തിനടുത്ത് കാനച്ചേരിയിൽ ഒരു യോഗിനി മാതാവിന്റെ ആശ്രമമുണ്ടായിരുന്നു. ഞാനും അമ്മയും പലപ്പോഴും അവിടെ പോകാറുണ്ട്. അച്ഛൻ വരില്ല. അച്ഛന് ആൾദൈവങ്ങളിലൊന്നും വിശ്വാസമില്ല. പക്ഷേ ഞങ്ങൾ പോകുന്നത് വിലക്കുകയുമില്ല.

ഹിന്ദി മാഷായ എം.കെ രാമകൃഷ്ണൻ യോഗിനി മാതാവിന്റെ ഒരു ഭക്തനായിരുന്നു. അദ്ദേഹം അവരെക്കുറിച്ച് "കൂടാളിയിലെ യോഗിനി മാതാവ്" എന്ന പേരിൽ ഒരു പുസ്തകം രചിച്ചിട്ടുണ്ട്. ഞാനും എന്റെ ഭാര്യയും യോഗിനി മാതാവിന്റെ ആരാധകരായിരുന്നു. ഞങ്ങളുടെ വിവാഹം കണ്ണൂരിനടുത്തുള്ള ചാലാടിലെ അവരുടെ വസതിയിൽവെച്ചാണ് നടന്നത്. അവർ എടുത്തു തന്ന തുളസിമാല പരസ്പരം അണിയിച്ചുകൊണ്ടുള്ള വളരെ ലളിതമായ ഒരു ചടങ്ങായിരുന്നു അത്.

അച്ഛന്റെ കൂടെ കഴിഞ്ഞ കാലം എന്റെ ജീവിതത്തിലെ സുകൃതമായിരുന്നു. അച്ഛനോട് ശിഷ്യന്മാർക്കും സഹപ്രവർത്തകർക്കുമുള്ള സ്നേഹവും ആദരവും കാണുമ്പോൾ ഞാൻ അഭിമാനപുളകിതനാകും. ഒരു മഹാകവിയുടെ മകനാകുക എന്നതുതന്നെ മഹാഭാഗ്യമല്ലേ? മഹാമനസ്കതയുടേയും മനുഷ്യസ്നേഹത്തിന്റേയും പ്രതീകമായിരുന്നു എന്റെ അച്ഛൻ - മഹാകവി പി. കുഞ്ഞിരാമൻനായർ!

മഹാകവി പി.-
ഒരു ശിഷ്യന്റെ ചിതറിയ ചിന്തകൾ

കെ. കെ. ഭരതൻ

മഹാകവി പി. യെക്കുറിച്ച് ഇ.പി.ആർ വേശാല രചിക്കുന്ന പുസ്തകത്തിൽ ഉൾപ്പെടുത്താൻ കവിയുടെ ശിഷ്യനായ എന്നോട് ഒരു അനുസ്മരണം എഴുതിക്കൊടുക്കാൻ ആവശ്യപ്പെട്ടപ്പോൾ അനല്പമായ സന്തോഷം തോന്നി.

എന്റെ സർവാദരണീയനായ ഗുരുനാഥനാണ് പി. അദ്ദേഹത്തെ കുറിച്ച് പറയാനും എഴുതാനും ഒരവസരം ലഭിക്കുന്നത് മഹാഭാഗ്യമാണ്. മഹാകവി ഒരത്ഭുത പ്രതിഭാസമാണ്. അദ്ദേഹത്തിന്റെ ജീവിതം തന്നെ ഒരു മഹാകാവ്യമാണ്. 'സാഗരം സാഗരോപമം' എന്ന് പറയുന്നതുപോലെ പി.ക്ക് സമാനമായി സാഹിത്യലോകത്ത് പി. മാത്രമേയുള്ളൂ. അദ്ദേഹത്തിന്റെ കവിതയും അങ്ങനെത്തന്നെ. അർത്ഥവും ഭാവവും ഭാവനയും കൊണ്ട് അത് വേറിട്ടു നില്ക്കുന്നു.

കൂടാളി ഹൈസ്കൂളിൽ നിന്ന് 1958 ലെ എസ്.എസ്.എൽ.സി ബാച്ചിൽ പാസ്സായ എന്റെ ഫോർത്ത് ഫോമിലെ മലയാളം അധ്യാപകനായിരുന്നു പി. ഇന്നത്തെപ്പോലെ അന്നും കുട്ടികൾക്ക് കലാസാഹിത്യാദി പാഠ്യേതര പ്രവർത്തനങ്ങളിൽ വേണ്ടത്ര പ്രോത്സാഹനം ലഭിച്ചിരുന്നു. മാതൃഭാഷയായ മലയാളത്തിൽ എനിക്ക് പ്രത്യേകം താത്പര്യമുണ്ടായിരുന്നു. ഇത് കവിമാഷ് തിരിച്ചറിഞ്ഞു. മാഷ് നിർദ്ദേശിക്കുന്ന സമയത്തിനകം തന്നെ കവിതകൾ മനഃപാഠം പഠിച്ച് ചൊല്ലി കേൾപ്പിക്കും. അതുകൊണ്ടുതന്നെ കവി ഈ ശിഷ്യനെ പ്രത്യേകം ശ്രദ്ധിച്ചു.

കവിയുടെ ക്ലാസ്സ് സംഭവബഹുലമായിരുന്നു. സാറിനെ ശുണ്ഠി പിടിപ്പിക്കുന്നത് കുട്ടികളുടെ കുസൃതിയാണ്. അത്തരം കുസൃതിക്കാർക്ക് കവി നൽകുന്ന ശിക്ഷ ക്ലാസ്സിൽ നിന്ന് പുറത്ത് നിർത്തുകയാണ്. വലിച്ചിഴച്ചുകൊണ്ടോ ഉന്തിത്തള്ളിക്കൊണ്ടോ പുറത്തേക്കയക്കും. അല്ലെങ്കിൽ ക്ലാസ്സിന്റെ ഒരു മൂലയ്ക്ക് ചുമരിന്ന് അഭിമുഖമായി നിർത്തും. ക്ലാസ്സിൽ എന്ത് സംഭവിച്ചാലും തിരിഞ്ഞു നോക്കാൻ പാടില്ല.

ഇങ്ങനെയൊക്കെയാണെങ്കിലും കവിയുടെ ക്ലാസ്സ് ആകർഷകമായിരുന്നു. ചിലപ്പോൾ അപ്രതീക്ഷിതമായി ചില ചോദ്യങ്ങൾ വരും.

ഒരിക്കൽ കവിമാഷ് മഹാകവി വള്ളത്തോളിന്റെ ഒരു കവിത പഠിപ്പിക്കുകയായിരുന്നു.

ഒരു കുട്ടി അബദ്ധത്തിൽ വെള്ളത്തോൾ എന്ന് പറഞ്ഞുപോയി. കവിക്ക് കലി കയറി അവന്റെ അടുത്തേക്ക് ഓടിച്ചെന്നു.

"കവിയുടെ പേര് മാറ്റാൻ നീ ആരാ"? അവൻ പേടിച്ചുപോയി.

"അല്ല സാർ, വള്ളത്തോൾ, വള്ളത്തോൾ" അവൻ തിരുത്തിപ്പറഞ്ഞു.

"അങ്ങനെ പത്ത് തവണ പറ..." വള്ളത്തോൾ എന്ന് അവൻ പത്ത് തവണ ആവർത്തിച്ചു പറഞ്ഞു.

"ആ അങ്ങനെ തെറ്റുപറ്റിയാൽ ഉടനെ തിരുത്തണം."

ഞാൻ തലശ്ശേരി ഡി.ഇ.ഒ. ഓഫീസിൽ ജോലി ചെയ്യുമ്പോൾ (അന്ന് കണ്ണൂർ ജില്ലക്ക് മുഴുവനായി തലശ്ശേരി ഡി.ഇ.ഒ ഓഫീസ് മാത്രമേ ഉണ്ടായിരുന്നുള്ളൂ.) തിരുവനന്തപുരം ഗവ: സെക്രട്ടറിയേറ്റിലേക്ക് നിയമന ഉത്തരവ് ലഭിക്കുകയുണ്ടായി. രണ്ടുതവണ ഉത്തരവ് ലഭിച്ചിട്ടും പോകാത്തതുകൊണ്ട് റജിസ്ട്രേഡ് പോസ്റ്റ് ആയി മൂന്നാമതും വന്നു. അങ്ങനെ ഒരു റജിസ്റ്റർ കത്ത് വന്നത് ഓഫീസ് മുഴുവൻ അറിഞ്ഞു. അന്ന് ഡി.ഇ.ഒ ആയിരുന്ന ചിത്രൻ നമ്പൂതിരിപ്പാടും അറിഞ്ഞു. വിവരങ്ങൾ വിശദമായി പറഞ്ഞപ്പോൾ ഉടൻ പോയി ജോയിൻ ചെയ്യാൻ നിർദ്ദേശിച്ചു. വടക്കുഭാഗത്തുള്ളവർക്ക് സെക്രട്ടറിയേറ്റിൽ നിയമനം ലഭിക്കുന്നത് അപൂർവമാണ്. അതുകൊണ്ട് നാളെത്തന്നെ പോകണമെന്നു പറഞ്ഞു. അങ്ങനെയാണ് സെക്രട്ടറിയേറ്റിലെ നിയമനം സ്വീകരിച്ചത്.

എനിക്ക് ഓഫീസിൽ ഒരു യാത്രയയപ്പും സംഘടിപ്പിച്ചു. അന്നത്തെ RDDPI ജേക്കബ് ചെറിയാൻ ആയിരുന്നു. അദ്ദേഹത്തിന്റെ സാന്നിധ്യത്തിൽ ചിത്രൻ നമ്പൂതിരിപ്പാട് സംസാരിക്കുമ്പോൾ എന്നെ വിശേഷിപ്പിച്ചത് നമ്മുടെ സുഹൃത്ത് എന്നായിരുന്നു. കേവലം എൽ.ഡി. ക്ലർക്കായ എന്നെ അങ്ങനെ വിശേഷിപ്പിച്ചപ്പോൾ അതിശയിച്ചുപോയി! ചിത്രൻ നമ്പൂതിരിപ്പാടിന്റെ ഹൃദയവിശാലതയുടെ ദൃഷ്ടാന്തമാണത്.

തിരുവനന്തപുരത്ത് ഒരു സാഹിത്യ സമ്മേളനത്തിൽ പി. വരുന്നു എന്നറിഞ്ഞ് ഞാൻ കാണാൻ പോയി. സ്വയം പരിചയപ്പെടുത്തി.

'സർ, കൂടാളി ഹൈസ്കൂളിൽ സാറിന്റെ ക്ലാസ്സിൽ പഠിച്ചതാ - ഭരതൻ'

കവി ഓർത്തെടുത്തു ആ.... ഭരതൻ!

ജോലി സെക്രട്ടറിയേറ്റിലാണെന്നറിഞ്ഞപ്പോൾ കവിക്ക് ഏറെ

സന്തോഷം.

'തിരുവനന്തപുരത്തു വന്നാൽ ഒരാളായല്ലോ- അതും ശിഷ്യൻ.'

പിന്നീട് തിരുവനന്തപുരത്ത് എപ്പോൾ വന്നാലും കാണാതെ പോകില്ല. മുൻകൂട്ടി ഒരു കാർഡെഴുതി പോസ്റ്റ് ചെയ്യും. കൃത്യസമയത്ത് നിശ്ചിതസ്ഥലത്ത് എത്തുകയും ചെയ്യും.

ഒരു ദിവസം കവി വന്നപ്പോൾ പറഞ്ഞു. - 'വിളിക്ക്, അയാളെ വിളിക്ക്.'

'ആരെ?'

'ആകാശവാണിയിലെ നാഗവള്ളി ആർ.എസ്. കുറുപ്പില്ലേ, അയാളെ'

കാര്യം മനസ്സിലായി. വിളിച്ചു. കവിയേയും കൂട്ടി ആകാശവാണിയിലെത്താൻ നിർദ്ദേശം ലഭിച്ചു. അങ്ങനെ അവിടെയെത്തി. നാഗവള്ളിയെ കണ്ടു.

'സാധനം കൊണ്ടുവന്നിട്ടുണ്ടോ?'-

നാഗവള്ളിയുടെ ചോദ്യം. കവി തന്റെ ജുബ്ബയുടെ കീശയിൽ നിന്ന് ഒരു കടലാസ്സെടുത്ത് നിവർത്തി നാഗവള്ളിക്ക് കൊടുത്തു. അതൊരു പുതിയ കവിത ആയിരുന്നു. അദ്ദേഹം ഞങ്ങളേയും കൂട്ടി റിക്കാർഡിംഗ് റൂമിലേക്ക് പോയി. സാധാരണ മറ്റുള്ളവരെ അകത്തു കടത്തില്ല. പക്ഷേ, എന്തുകൊണ്ടോ അന്ന് കവിയോടൊപ്പം എന്നെയും അകത്ത് കടത്തിയിരുത്തി. ഒരു മണിക്കൂറിനകം റിക്കാർഡിംഗ് കഴിഞ്ഞ് പുറത്തുവന്നു. പ്രതിഫലത്തിന്റെ ചെക്ക് അപ്പോൾ തന്നെ കൊടുത്തു.

ഈ പ്രക്രിയ കവി തിരുവനന്തപുരത്ത് വന്നാൽ പലപ്പോഴും ആവർത്തിച്ചു. അങ്ങനെ കവിയുടെ കൂടെ പോകുന്നതുകൊണ്ട് ആകാശവാണിയിലെ പലരും എന്റെ പരിചയക്കാരായി.

ഒരു തവണ വന്നപ്പോൾ മാത്യു എം കുഴിവേലി എന്ന ആളെ അറിയുമോ എന്ന് ചോദിച്ചു. അറിയാമെന്ന് പറഞ്ഞു-

'എനികക് ആവശ്യമുള്ളവരെയെല്ലാം തനിക്ക് അറിയാമല്ലോ- രക്ഷപ്പെട്ടു.!'

അങ്ങനെ 'ബാലൻ പബ്ലിക്കേഷന്റെ' ഓഫീസിൽ ചെന്ന് കുഴിവേലിയെ കണ്ടു.

കവിക്ക് 'രഥോത്സവം' എന്ന കവിതാ സമാഹാരം പ്രസിദ്ധീകരിക്കാൻ കേന്ദ്ര സാംസ്കാരിക വകുപ്പിന്റെ ഫെലോഷിപപ് വേണം. മാത്യു എം. കുഴിവേലിക്ക് സ്വാധീനമുള്ള ആളുകൾ ഡൽഹിയിലുണ്ടെന്ന് കവി മനസ്സിലാക്കിയിട്ടുണ്ട്. അപേക്ഷ ഡൽഹിയിലെത്തിയാൽ വേണ്ടതു ചെയ്യാമെന്ന് അദ്ദേഹം ഉറപ്പു നൽകി. അപേക്ഷ സംസ്ഥാന സർക്കാർ ശുപാർശ

ചെയ്യണം.

അങ്ങനെ കവിക്ക് 50,000 രൂപയുടെ ഫെലോഷിപ്പ് അനുവദിച്ചു. ഒരു വർഷത്തിനകം പുസ്തകം പ്രസിദ്ധീകരിച്ച് 50 കോപ്പി കേന്ദ്ര സാംസ്കാരികവകുപ്പിന് അയച്ചു കൊടുക്കണം. എന്നാൽ ഒരു വർഷം കഴിഞ്ഞിട്ടും പുസ്തകം കിട്ടാതെ വന്നപ്പോൾ വാങ്ങിയ തുക പലിശയടക്കം തിരിച്ചടക്കാൻ നോട്ടീസ് വന്നു. കവി ധർമ്മസങ്കടത്തിലായി. അവസാനം എന്റെ പ്രിയ സുഹൃത്തും കവിയുടെ സഹപ്രവർത്തകനും എഴുത്തുകാരനുമായ ഇയ്യങ്കോട് ശ്രീധരന്റെയും മറ്റും സഹായത്തോടെ 'രഥോത്സവം' പ്രസിദ്ധീകരിച്ചു. 50 കോപ്പി സാംസ്കാരിക വകുപ്പിന് അയച്ചുകൊടുത്തു.

1978 മെയ് 28 നാണ് ഞെട്ടിപ്പിക്കുന്ന ആ വാർത്ത അറിഞ്ഞത്. മലയാളത്തിന്റെ മഹാകവി പി. കുഞ്ഞിരാമൻ നായർ അന്തരിച്ചു! ഒരാഴ്ച മുമ്പ് ഞാനും എന്റെ സഹപ്രവർത്തകൻ പി.വി. കൃഷ്ണനും കവിയോടൊപ്പം തിരുവനന്തപുരം ഹോട്ടലിൽ കാപ്പി കഴിച്ചിരുന്നു. അങ്ങനെ യാത്ര പറഞ്ഞ് പിരിഞ്ഞതാണ്.

വിവരം അറിഞ്ഞ ഉടനെ പൊളിറ്റിക്കൽ അണ്ടർ സെക്രട്ടറി ശങ്കരനും ഞാനും കവി താമസിക്കുന്ന സി.പി. സത്രത്തിൽ എത്തി. 27ന് രാത്രി നെഞ്ചുവേദന കൊണ്ട് പുളയുന്ന കവിയെ ഓട്ടോറിക്ഷക്കാർ മെഡിക്കൽ കോളേജിൽ എത്തിക്കുകയായിരുന്നു. അവിടെ എത്തുംമുമ്പ് തന്നെ കവി അന്ത്യശ്വാസം വലിച്ചു.

ഞങ്ങൾ ഉടനെ മെഡിക്കൽ കോളേജിൽ എത്തി. അരമണിക്കൂറിനകം നിരവധി സാഹിത്യകാരന്മാരും കവിയുടെ ആരാധകരും എത്തിച്ചേർന്നു. എവിടെ സംസ്കരിക്കും എന്ന ആലോചനയായി. കവി എന്തെങ്കിലും അന്ത്യാഭിലാഷം സൂചിപ്പിച്ചിരുന്നോ എന്ന് ചിലർ എന്നോട് ചോദിച്ചു. ഇല്ലെന്നറിയിച്ചു. സി.പി. ശ്രീധരനോടും ഇയ്യങ്കോടിനോടും അന്വേഷിക്കാൻ ഞാൻ നിർദ്ദേശിച്ചു. അവരുമായി ബന്ധപ്പെട്ടപ്പോൾ കവി, തന്റെ അന്ത്യവിശ്രമം നിളാതീരത്താവണമെന്ന് സൂചിപ്പിച്ചതായി അറിഞ്ഞു.

അങ്ങനെ അന്നത്തെ മുഖ്യമന്ത്രി എ.കെ. ആന്റണിയുമായി ആലോചിച്ച് നിളാനദീതീരത്ത് ഔദ്യോഗിക ബഹുമതികളോടെ സംസ്കരിക്കാൻ തീരുമാനിച്ചു. വിലാപയാത്ര ആരംഭിക്കുന്നതിന് മുമ്പ് നിരവധി സ്ഥാപനങ്ങളുടെ പ്രതിനിധികളും വ്യക്തികളും പുഷ്പചക്രം വെച്ച് ആദരാഞ്ജലി അർപ്പിച്ചു. കൂടാളി ഹൈസ്കൂളിനുവേണ്ടി ഈ ശിഷ്യനും പുഷ്പചക്രം വെച്ച് ആദരിച്ചു.

കൊല്ലം, ആലപ്പുഴ, എറണാകുളം, തൃശ്ശൂർ സാഹിത്യ അക്കാദമി, ചെറുതുരുത്തി എന്നിവിടങ്ങളിലെല്ലാം കവിക്ക് ആദരാഞ്ജലിയർപ്പി

ക്കാൻ ആരാധകർ കാത്തു നിന്നിരുന്നു. കവിയുടെ മകൻ വി. രവീന്ദ്രൻ നായർ ചിതയ്ക്ക് തീ കൊളുത്തി. അങ്ങനെ ഔദ്യോഗിക ബഹുമതികളോടെ സംസ്കാരം കഴിഞ്ഞു – നിളാനദി തേങ്ങിക്കരഞ്ഞ് ഒഴുകിക്കൊണ്ടേയിരുന്നു.

രണ്ട് ദിവസം കഴിഞ്ഞ് എന്റെയും അന്നത്തെ തിരുവനന്തപുരം കലക്ടർ ജെ. ലളിതാംബിക, കവിയുടെ മകൻ രവീന്ദ്രൻ നായർ, പി.വി. കൃഷ്ണൻ എന്നിവരുടെയും സാന്നിധ്യത്തിൽ സി.പി. സത്രത്തിലെ കവിയുടെ മുറി തുറന്നുനോക്കി. കുറേ പത്രമാസികകളും കവിത കുറിച്ച കടലാസുകളും മുറിയിൽ ചിതറിക്കിടന്നിരുന്നു. 'രഥോത്സവ' ത്തിന്റെ കുറേക്കെട്ടുകൾ ചാരുകസേരയിലുമുണ്ട്. ജീവിതം ഉത്സവമാക്കി മാറ്റിയ കവി രഥോത്സവത്തിന്റെ കെട്ടുകൾ ബാക്കി വെച്ചാണ് പോയത്.

●

www.ingramcontent.com/pod-product-compliance
Lightning Source LLC
LaVergne TN
LVHW060139051026
849517LV00007B/2516
* 9 7 8 9 3 9 3 3 9 7 8 1 2 *